Thức Tỉnh
I-sơ-ra-ên

"Mặt trời sẽ trở nên tối tăm
Và mặt trăng hóa ra máu
Trước khi ngày lớn và kinh khiếp của Đức Giê-hô-va chưa đến.
Bấy giờ hễ ai cầu khẩn
Danh Đức Đức Giê-hô-va
Thì sẽ được cứu;
Vì ở trên núi Si-ôn và trong Giê-ru-sa-lem
Sẽ có những người được cứu thoát,
Như Chúa đã hứa,
Những người do Chúa gọi sẽ được sống sót."

(Giô-ên 2:31-32)

Thức Tỉnh
I-sơ-ra-ên

Tiến Sĩ . Jaerock Lee

URIM BOOKS

Thức Tỉnh I-sơ-ra-ên giả Tiến Sĩ Jaerock Lee
Do Nhà Sách Urim xuất bản (Người đại diện: Seongkeon Vin)
361-66, Shindaebang-Dong, Dongjak-Gu, Seoul, Korea
www.urimbooks.com

Xuất bản lần thứ nhất vào tháng bảy năm 2013

Biên tập Tiến Sĩ Geumsun Vin
Do Ban Biên Tập Nhà Sánh Urim thiết kế
Công ty in ấn Yewon ấn hành
Để biết thêm thông tin hãy liên lạc tại urimbook@hotmail.com

Lời Tựa

Vào buổi bình minh của thế kỷ 20, hàng loạt những sự kiện đáng chú ý đã xảy ra tại mảnh đất Palestine khô cằn mà vào thời bấy giờ không một ai muốn đến sống. Những người Do Thái tản lạc khắp nơi ở Đông Âu, Nga, và khắp nơi trên thế giới đã bắt đầu tề tựu về một mảnh đất đầy gai góc, nghèo khó, đói kém, bệnh tật, và đau khổ.

Bất chấp tỉ lệ rủi ro cao từ sốt rét và đói kém, người Do Thái không đánh mất đức tin lớn và những khát vọng của mình song họ khởi sự xây dựng khu định cư Kibbut (một nơi làm việc tại I-sơ-ra-ên, ví dụ một nông trại hay một nhà máy, nơi công nhân chung sống với nhau và cùng nhau chia sẻ trách nhiệm và thu nhập). Giống như Theodor Herzl, nhà sáng lập chủ nghĩa phục quốc Do thái, chủ nghĩa Xiôn, biện luận rằng, "Nếu chúng ta muốn, thì điều ấy chẳng phải là giấc mơ," sự phục hồi của I-sơ-ra-ên đã trở thành sự thật.

Nói một cách không thiên vị, sự phục hồi của I-sơ-ra-ên là

một giấc mơ tưởng chừng như không thể thực hiện được và cũng chẳng mấy ai sẵn lòng tin vào điều nầy. Tuy nhiên, người Do Thái đã làm trọn giấc mơ đó và với sự ra đời của quốc gia I-sơ-ra-ên, lần đầu tiên họ đã trở lại một quốc gia của chính mình một cách phi thường sau gần 1.900 năm.

Bất chấp hàng nhiều thế kỷ bị bức hại và đau khổ trong lúc sống tản lạc trên đất khách quê người, dân tộc I-sơ-ra-ên luôn giữ vững niềm tin, văn hóa, và ngôn ngữ, họ luôn đạt được những tiến bộ cho chính mình. Sau khi thành lập một quốc gia I-sơ-ra-ên hiện đại, họ trồng trọt trên những mảnh đất cằn cỗi và nhấn mạnh vào việc phát triển một nền công nghiệp đa dạng cho phép đất nước họ xếp vào hàng những quốc gia phát triển, và là một dân tộc xuất sắc đã chịu đựng và thành công trong giữa những thách thức và đe dọa không ngừng đối với sự sống còn của họ với tư cách là một quốc gia.

Sau khi thành lập Hội Thánh Trung Tâm Manmin vào năm 1982, Đức Chúa Trời đã khải tỏ cùng tôi trong sự thần cảm của Đức Thánh Linh mà phần lớn là về I-sơ-ra-ên vì chính sự độc lập của nước nầy là một dấu hiệu của những ngày sau rốt và là sự ứng nghiệm lời tiên tri trong Kinh Thánh.

Hỡi các nước, hãy nghe lời Đức Giêhôva; hãy rao lời ấy ra đến tận các hải đảo xa! Hãy nói rằng "Đấng đã làm tan lạc I-sơ-ra-ên sẽ thâu nhóm nó lại, sẽ giữ như kẻ chăn giữ bầy chiên mình" (Giê-rê-mi 31:10).

Đức Chúa Trời đã chọn dân tộc I-sơ-ra-ên để bày tỏ sự phù hộ của Ngài mà qua đó Ngài đã tạo dựng và trưởng dưỡng nhân loại. Trước hết, Đức Chúa Trời đã dựng nên Áp-ra-ham "tổ phụ của đức tin," và lập nên Gia-cốp, cháu nội Áp-ra-ham, là người thành lập nên I-sơ-ra-ên, và Đức Chúa Trời đã tuyên bố ý chỉ của Ngài cùng hậu tự của Gia-cốp và làm trọn sự sắm sẵn cho công cuộc giáo hóa nhân loại.

Khi dân tộc I-sơ-ra-ên tin cậy lời Đức Chúa Trời và bước đi theo ý chỉ Ngài cùng sự vâng phục, thì được vui hưởng sự vinh hiển và tôn trọng hơn bất kỳ quốc nào khác. Dẫu vậy, khi xa lánh Chúa và bất tuân Ngài, I-sơ-ra-ên đã phải gánh chịu nhiều đau khổ, kể cả giặc ngoại xâm, và dân sự của nó buộc phải sống lang thang trên khắp đầu cùng đất.

Tuy nhiên, ngay những lúc I-sơ-ra-ên phải đối diện với khó khăn vì cớ tội lỗi của nó, Đức Chúa Trời cũng chẳng bao giờ lìa bỏ họ. I-sơ-ra-ên luôn luôn ràng buộc mình với Đức Chúa Trời qua giao ước của Ngài với Áp-ra-ham và Đức Chúa Trời chẳng hề thôi vùa giúp họ.

Dưới sự chăm sóc và chỉ dẫn đặc biệt của Đức Chúa Trời, I-sơ-ra-ên luôn được gìn giữ, dành được độc lập, và một lần nữa trở thành một quốc gia hàng đầu. Dân tộc I-sơ-ra-ên được gìn giữ như thế nào và tại sao I-sơ-ra-ên được phục hồi?

Nhiều người cho rằng, "Sự tồn tại của quốc gia Do thái là một phép lạ." Bởi vì nhiều loại và qui mô bức hại và áp bức mà người Do thái đã chịu đựng trong cộng đồng Do Thái là vượt quá bất kỳ sự mô tả hay tưởng tượng nào, chính bản thân lịch sự của I-sơ-ra-ên cũng đủ xác nhận tính chân thực của Kinh Thánh.

Tuy nhiên, thậm chí một tai họa và nỗi thống khổ còn lớn hơn những gì mà người Do thái đã phải đối mặt sẽ xảy đến sau sự Hiện Đến Lần Hai của Đấng Christ. Đương nhiên những người đã tin nhận Chúa Giê-su làm Cứu Chúa mình sẽ được cất lên không trung và cùng dự Tiệc Cưới Lớn cùng Chúa. Song, những ai chưa tin nhận Chúa Giê-su làm Cứu Chúa mình sẽ không được cất lên vào thời điểm Ngài trở lại và sẽ chịu khốn khổ với Đại Nạn trong bảy năm.

"Vì nầy, ngày đến cháy như lò lửa. Mọi kẻ kiêu ngạo, mọi kẻ làm gian ác sẽ như rơm cỏ; Đức Giê-hô-va vạn quân phán: Ngày ấy đến thiêu đốt chúng nó, chẳng hề để lại cho chúng nó hoặc rễ hoặc nhành" (Mlachi 4:1).

Đức Chúa Trời đã khải thị cách tỏ tường cùng tôi về những tai họa sẽ xảy đến trong Bảy Năm Đại Nạn. Vì lẽ đó, tôi tha thiết ước mong dân tộc I-sơ-ra-ên, tuyển dân của Đức Chúa Trời, không một chút chậm trễ, hãy tin nhận Chúa Giê-su là Đấng đến thế gian hơn hai ngàn năm trước, làm Cứu Chúa mình hầu cho không một ai trong họ sẽ bị bỏ lại để phải chịu khốn khổ trong kỳ Đại Nạn.

Bởi ân sủng của Đức Chúa Trời, tôi xin cống hiến tác phẩm nầy nhằm giải đáp những nghi vấn của người Do Thái trong suốt thời đại ngàn năm dài khao khát về Đấng Cứu Thế và nhiều nghi vấn liên tục dấy lên.

Nguyện mỗi độc giả của sách nầy đem lòng yêu mến sứ điệp tình yêu tha thiết của Đức Chúa Trời mà chạy đến cách không chậm trễ để gặp gỡ Đấng Cứu Thế là Đấng mà Đức Chúa Trời đã sai đến cho toàn nhân loại!

Hết lòng yêu mến mỗi người trong anh chị em.

Tháng 11, 2007
Tại Nhà Nguyện Gết-sê-ma-nê

Jaerock Lee

Lời nói đầu

Tôi dâng lời tạ ơn và sự vinh hiển lên Đức Chúa Trời về sự chỉ dẫn và ban phước để chúng tôi xuất bản *Thức Tỉnh I-sơ-ra-ên!* Trong những ngày sau rốt. Sách nầy được xuất bản theo ý muốn của Đức Chúa Trời là Đấng tìm kiếm để thức tỉnh và cứu lấy dân tộc I-sơ-ra-ên, và đã được chuẩn bị bởi tình yêu vô hạn của Đức Chúa Trời là Đấng chẳng hề muốn đánh mất bất kỳ một linh hồn nào.

Chương 1, "I-sơ-ra-ên: Tuyển Dân Của Đức Chúa Trời," khám phá lý do sáng tạo và công cuộc giáo hóa nhân loại trên đất, sự lo liệu mà Ngài đã lựa chọn và cầm quyền trên dân sự I-sơ-ra-ên như sự tuyển chọn của mình trong lịch sử nhân loại. Chương nầy cũng giới thiệu những bậc tiền bối lớn của I-sơ-ra-ên đồng thời giới thiệu về Chúa của chúng ta, Đấng đến thế gian nầy theo lời tiên tri đã báo trước về sự hiện đến của Đấng Cứu Thế của toàn nhân loại từ dòng dõi Đa-vít.

Qua việc tra xem những lời tiên tri trong Kinh Thánh về Đấng Cứu Thế, Chương 2, "Đấng Cứu Thế được Đức Chúa Trời Sai Đến," làm chứng về Chúa Giê-su là Đấng Cứu Thế, Đấng mà I-sơ-ra-ên vẫn đang nóng lòng trông đợi. Theo luật của việc chuộc lại đất, Ngài đã thỏa mãn tất cả những phẩm chất với tư cách là Đấng Cứu Thế của nhân loại là thể nào. Hơn nữa, chương thứ nhì nghiên cứu tỉ mỉ về những lời tiên tri trong Cựu Ước nói đến Đấng Cứu Thế đã được ứng nghiệm như thế nào qua Chúa Giê-su và mối liên hệ giữa lịch sử I-sơ-ra-ên và sự chết của Ngài.

Chương ba, "Đức Chúa Trời mà Người I-sơ-ra-ên Tin Cậy," có một cái nhìn tường tận vào dân sự I-sơ-ra-ên là những người tuân giữ luật pháp và lời truyền khẩu của nó cách nghiêm khắc, và giảng giải với họ về những điều làm đẹp ý Chúa. Thêm vào đó, nhắc nhở rằng họ đã tự mình lìa bỏ tiên chỉ của Chúa vì cớ những lời truyền khẩu hư không của những người đi trước, chương nầy khích lệ họ tìm hiểu ý muốn đích thực của Đức Chúa Trời trong việc ban luật pháp cho họ trong vị trí hàng đầu và để làm trọn luật pháp bởi tình yêu thương.

Điều được khám phá trong chương cuối cùng "Hãy Nhìn Xem và Lắng Nghe!" là thời buổi của chúng ta, lúc mà Kinh Thánh đã báo trước là "thời sau rốt," đồng thời cũng nói đến sự xuất hiện của những kẻ chống Chúa và cái nhìn tổng quan về

Bảy Năm Đại Nạn. Hơn nữa, trong việc bày tỏ hai điều kín giấu của Đức Chúa Trời mà Ngài đã dự sẵn trong tình yêu vô hạn của mình dành cho tuyển dân Ngài hầu cho dân tộc I-sơ-ra-ên có thể đến được với sự cứu rỗi trong những khoảnh khắc cuối cùng của công cuộc giáo hóa nhân loại, chương cuối nài khuyên người I-sơ-ra-ên chớ bỏ qua cơ hội cứu rỗi cuối cùng.

Khi con người đầu tiên là A-đam phạm tội bất tuân và bị đuổi khỏi vườn Ê-đen, Đức Chúa Trời đã cho người sống trên đất I-sơ-ra-ên. Từ đó, trong lịch sử giáo hóa nhân loại, Đức Chúa Trời đã chờ đợi hàng ngàn năm và vẫn còn chờ đợi cho đến ngày nay với hy vọng có được những con cái đích thực.

Chẳng còn nhiều thời gian để trì hoãn hoặc phung phí. Nguyện mỗi một chúng ta đều nhận biết rằng thời đại chúng ta thật sự là những ngày cuối cùng và chuẩn bị để đón tiếp Chúa của chúng ta là Đấng sẽ trở lại với tư cách là Vua trên muôn vua và Chúa trên muôn chúa, trong danh báu Ngài tôi tha thiết cầu nguyện.

Tháng 11, 2007
Geum-sun Vin,
Tổng Biên Tập

Mục lục

"Ngôi sao Đa-vít," một biểu tượng của cộng đồng Do Thái,
trên lá cờ của I-sơ-ra-ên

Chương 1

I-sơ-ra-ên: Tuyển Dân Của Đức Chúa Trời

Khởi Đầu Công Cuộc
Giáo Hóa Nhân Loại

Môi-se, nhà lãnh đạo vĩ đại của I-sơ-ra-ên đã giải phóng dân sự nầy ra khỏi cảnh nô lệ trong xứ Ê-díp-tô và dẫn họ đến Miền Đất Hứa Ca-na-an và đã phục vụ như một người được Chúa ủy thác, khởi đầu lời Ngài trong Sách Sáng thế như sau:

Ban đầu Đức Chúa Trời dựng nên trời và đất (1:1).

Đức Chúa Trời đã dựng nên các từng trời và đất cùng muôn vật trong sáu ngày, rồi nghỉ ngơi, ban phước, và thánh hóa ngày thứ bảy. Vậy, tại sao Đức Chúa Trời, Đấng Tạo Hóa đã dựng nên vũ trụ và mọi vật trong đó? Tại sao từ thời A-đam Ngài đã cho phép vô số con người sống trên đất nầy?

Đức Chúa Trời Tìm Kiếm Những Người Mà Ngài Có Thể Chia Sẻ Tình Yêu Đời Đời

Trước buổi tạo dựng nên các từng trời và đất, Đức Chúa Trời toàn năng đã hiện hữu trong vũ trụ vô biên như chính sự sáng mà trong đó có âm thanh ở cùng. Sau một thời gian dài trong

I-sơ-ra-ên: Tuyển Dân Của Đức Chúa Trời

tình trạng cô độc, Đức Chúa Trời mong muốn có những con người để qua đó Ngài có thể trao đổi tình yêu đời đời.

Đức Chúa Trời không những chỉ có thần tánh là bổn tánh mà qua đó Ngài bày tỏ tính chất của Đấng Tạo Hóa, mà Ngài còn có nhân tánh, Ngài cũng vui mừng, giận dữ, buồn rầu, và hài lòng. Ngài mong muốn trao đổi tình yêu với những người khác. Có rất nhiều chỗ trong Kinh Thánh đề cập đến nhân tánh của Đức Chúa Trời. Ngài hài lòng và vui mừng trong những việc làm công chính của dân sự I-sơ-ra-ên (Phục Truyền 10:15; Châm Ngôn 16:7), song Ngài đau buồn và giận dữ khi họ phạm tội (Xuất Ê-díp-tô 32:10; Dân Số 11:1, 32:13).

Có nhiều lúc chúng ta muốn được ở một mình song người ta sẽ vui hơn nếu có bạn bè là người mà chúng ta có thể cùng tâm tình. Vì Đức Chúa Trời có nhân tánh, Ngài mong muốn có những con người mà Ngài có thể trao tình yêu của mình cho họ, những người mà Ngài có thể hiểu thấu được tấm lòng, và ngược lại.

'Chẳng phải là niềm hân hoan và cảm động khi có những con cái là những kẻ hiểu thấu được lòng ta và qua chúng, ta có thể trao và nhận tình yêu thương trong lĩnh vực mênh mông và sâu thẳm nầy chăng?'

Do đó, vào buổi chọn lựa, Đức Chúa Trời đã thiết lập một kế hoạch để có được những con cái chân thực là những kẻ giống Ngài. Vào cuối kỳ ấy, Đức Chúa Trời không những dựng nên lĩnh vực thuộc linh mà dựng nên lĩnh vực hữu hình để con người sống trong đó.

Một số người có thể nghĩ rằng, 'Có rất nhiều thiên binh thiên sứ trên trời là những kẻ chỉ biết vâng theo. Tại sao Đức Chúa Trời phải trải qua khó khăn trong việc tạo dựng nên loài người?' Tuy nhiên, ngoại trừ một vài thiên sứ, hầu hết những thiên thần đều không có nhân tính là điều quan trọng nhất trong tất cả các yếu tố cần có để trao và nhận tình yêu: ý chí tự do là điều mà họ được tự quyền lựa chọn. Những thiên thần chỉ giống những robot; chúng làm theo như đã được ra lệnh mà chẳng có sự vui mừng, giận dữ, buồn rầu, hay hài lòng, chúng không thể trao và nhận tình yêu là thứ đầy dẫy trong lòng chúng.

Ví bằng có hai đứa trẻ, trong đó có một em chẳng hề bày tỏ cảm xúc, ý kiến, hay tình cảm, chỉ biết vâng lời và làm tốt những gì được bảo cho. Đứa kia mặc dù nhiều khi làm thất vọng cha mẹ nó bởi ý chí tự do của mình, song nhanh chóng ăn năn về những việc làm sai trật, bám víu vào cha mẹ nó trong tình yêu thương, và bày tỏ lòng mình bằng nhiều cách khác nhau.

Trong hai đứa trẻ nầy, chúng ta sẽ thích đứa nào hơn? Chúng ta sẽ hầu như chọn đứa sau. Thậm chí chúng ta có một con robot làm hết các việc trong nhà cho mình, không một ai trong chúng ta sẽ thích con robot ấy hơn là con cái của mình. Cùng một thể ấy, Đức Chúa Trời ưa thích những con người vui vẻ vâng phục Ngài với lý trí và tình cảm của họ, hơn là những thiên binh thiên sứ giống như robot.

5

Sự Lo Liệu của Đức Chúa Trời để Có Những Con Cái Đích Thực

Sau khi dựng nên con người đầu tiên là A-đam, Đức Chúa Trời tiếp tục dựng nên Vườn Ê-đen và cho phép người cai quản nó. Mọi thứ đều dư dật trong Vườn, A-đam cai quản trên mọi vật bằng ý chí tự do và thẩm quyền mà Đức Chúa Trời đã ban cho mình. Dầu vậy, ở đây có một điều mà Đức Chúa Trời cấm người.

Ngươi được tự do ăn hoa quả và các thứ cây trong vườn; nhưng về cây biết điều thiện và điều ác thì chớ hề ăn đến; vì một mai ngươi ăn chắc sẽ chết (Sáng Thế 2:16-17).

Đây là một trật tự mà Đức Chúa Trời đã thiết lập giữa Đức Chúa Trời là Đấng Tạo Hóa với loài người là tạo vật đã được dựng nên, và Ngài muốn A-đam vâng phục Ngài bằng ý chí tự do và từ trong sâu thẳm lòng mình. Thế nhưng sau một thời gian dài, A-đam đã thất bại trong việc giữ gìn lời Chúa và phạm tội bất tuân để rồi ăn trái cây biết điều thiện và điều ác.

Trong Sáng Thế 3 có một cảnh tượng con rắn bị Satan xúi giục, đến nói cùng Ê-va rằng, *"Quả thật, Đức Chúa Trời có phán dặn các ngươi không được phép ăn bất kỳ trái cây nào trong vườn sao?"* (c. 1) Ê-va đáp, *"Chúng ta được ăn trái các cây trong vườn, song về trái cây mọc giữa vườn, Đức Chúa*

Thức Tỉnh I-sơ-ra-ên

Trời có phán rằng: Hai ngươi chẳng nên ăn đến và cũng chẳng nên đá động đến, e khi hai ngươi phải chết chăng" (c. 2) Đức Chúa Trời đã phán dặn tỏ tường cùng Ê-va, "Một mai ngươi ăn chắc sẽ chết," song bà đã thay đổi mạng lệnh đó của Chúa mà nói rằng, "E các ngươi sẽ chết."

Nhận ra rằng Ê-va không giữ vững mạng lệnh Chúa trong lòng, con rắn trở nên hăng hái công kích bà càng mạnh hơn, nó cám dỗ bà mà rằng: "Chắc hẳn ngươi sẽ không chết đâu!" Rồi nó nói thêm, *"Vì Đức Chúa Trời biết rằng hễ ngày nào hai ngươi ăn trái cây đó, mắt mình mở ra, sẽ như Đức Chúa Trời, biết điều thiện và điều ác"* (c. 5).

Khi Sa-tan truyền sự tham lam vào tâm trí người nữ, cây biết điều thiện và điều ác bắt đầu có vẻ gì đó khác trong mắt người. Trái cây trông có vẻ ăn ngon, và đẹp mắt, và cây ấy gợi lên trong bà lòng khát khao trở nên khôn ngoan. Bà đã ăn trái đó và trao cho chồng cùng ăn nữa.

Ấy là con đường mà A-đam và Ê-va đã phạm tội không làm theo lời Đức Chúa Trời và chắc chắn phải đối diện với sự chết (Sáng Thế 2:17).

"Sự chết" ở đây không phải nói cái chết về mặt thể xác khi mà hơi thở không còn trên cơ thể con người nữa, mà bèn là sự chết thuộc linh. Sau khi ăn trái cây biết điều thiện và điều ác, A-đam đã sinh con cái và chết vào tuổi 930 (Sáng Thế 5:2-5). Từ điều nầy chúng ta biết rằng "sự chết" ở đây không phải nói đến cái chết thuộc thể.

Đầu tiên con người được tạo dựng nên gồm có linh, hồn và

I-sơ-ra-ên: Tuyển Dân Của Đức Chúa Trời

thể xác. Con người có thần linh để qua đó có thể trò chuyện cùng Đức Chúa Trời; hồn được điều khiển bởi linh; còn phần thể xác được dùng như cái vỏ bên ngoài của linh và hồn. Vì cớ sự không vâng giữ mạng lệnh của Đức Chúa Trời mà phạm tội, Phần thần linh đã bị chết và mối thông công với Đức Chúa Trời cũng trở nên rất tồi tệ, và ấy là "sự chết" mà Đức Chúa Trời đã phán trong Sáng Thế 2:17.

Sau khi phạm tội, Ađam và Êva bị đuổi khỏi Vườn Ê-đen xinh đẹp và dư dật mọi thứ. Vậy từ đó đã bắt đầu sự đau khổ của toàn nhân loại. Sự đau đớn trong kỳ sinh nở tăng lên gấp bội phần dành cho người nữ, sự dục vọng của người bấy giờ phải xu hướng về chồng, và chồng cai trị người, trong khi phải ăn những sản vật từ đất đã bị rủa sả bởi mồ hôi và khó nhọc trọn đời (Sáng Thế 3:16-17).

Trong phân đoạn Sáng Thế 3:23 nầy chúng ta biết rằng, *"Giê-hô-va Đức Chúa Trời bèn đuổi loài người ra khỏi Vườn Ê-đen đặng cày cấy đất là nơi có người ra."* Ở đây, "cày cấy đất" không chỉ có ý nghĩa rằng loài người phải khó nhọc mới có cái ăn ra từ đất mà còn nói đến thực tế rằng loài người được tạo nên từ bụi đất – thì cũng phải "cày cấy tấm lòng mình" đương khi còn sống trên đất.

Cuộc Giáo Hóa Nhân Loại Khởi Đầu Từ Khi A-đam Phạm Tội

A-đam được tạo dựng nên như một loài sinh vật sống chẳng

hễ có tội ác trong lòng, nên ông chẳng phải tu dưỡng lòng mình. Dầu vậy, sau khi phạm tội, lòng của A-đam đã bị hoen ố bởi những điều giả dối và sau đó ông cần phải tu dưỡng lòng mình để trở nên một tấm lòng trong sạch như chính nó trước khi phạm tội.

Vì vậy, A-đam đã phải tu dưỡng lòng mình là tấm long đã bị hư đốn bởi những sự giả dối và tội lỗi thành tấm lòng trong sạch và tiến lên như một đứa con chân thật của Đức Chúa Trời sau khi đã phạm tội. Kinh Thánh nói rằng, "Đức Chúa Trời đuổi ông ra khỏi vườn Ê-đen đặng cày cấy đất là nơi có người ra," điều nầy có ý nghĩa như vậy, và nói đến "Công cuộc giáo hóa nhân loại của Đức Chúa Trời."

Theo thói thường, "sự cày cấy" nói đến một quá trình mà người nông dân gieo hạt, trông nom chăm sóc vụ mùa của người, và thu hoạch bông trái. Để "giáo hóa" nhân loại trên đất nầy nhằm thu được những bông trái tốt ấy là "con cái đích thực của Đức Chúa Trời," Ngài đã gieo hạt giống đầu tiên là A-đam và Ê-va. Mặc dù A-đam và Ê-va đã không làm theo lời Ngài, vô số những con cái đã được sinh ra và xuyên suốt tiến trình giáo hóa nhân loại của Đức Chúa Trời, có vô số những người con đã được tái sanh làm con cái của Đức Chúa Trời qua việc tu dưỡng lòng mình và phục hồi lại ảnh tượng đã đánh mất của Ngài.

Do vậy, "công cuộc giáo hóa nhân loại của Đức Chúa Trời" nói đến toàn bộ tiến trình mà trong đó Đức Chúa Trời trông nom, chăm sóc và làm chủ trên lịch sử nhân loại, từ lúc được tạo

I-sơ-ra-ên: Tuyển Dân Của Đức Chúa Trời

dựng cho đến ngày Phán xét, hầu cho thu hoạch được những con cái đích thực của Ngài.

Như một người nông dân tìm cách vượt qua lũ lụt, hạn hán, sương giá, mưa đá, và những thứ cắn phá sau khi gieo giống song cuối cùng sẽ gặt hái những bông trái tốt đẹp trong vui mừng, Đức Chúa Trời kiểm soát trên mọi sự để thu hoạch được những con cái đích thực là những người sinh trưởng sau khi chịu đựng sự chết chóc, bệnh tật, chia lìa, và nhiều thứ khổ đau khác đương khi còn sống trong thế gian nầy.

Lý Do Đức Chúa Trời Đã Đặt Để Cây Biết Điều Thiện và Điều Ác trong Vườn Ê-đen

Một số người hỏi rằng, "Tại sao Đức Chúa Trời dựng lên cây biết điều thiện và điều ác để rồi qua đó loài người mắc vào tội lỗi và phải dẫn đến sự chết?" Thế nhưng, lý do Đức Chúa Trời dựng nên cây biết điều thiện và điều ác ấy là sự tiên liệu lạ lùng để qua đó Ngài có thể khiến cho con người nhận thức được 'tính tương đối.'

Hầu hết người ta cho rằng A-đam và Ê-va chẳng hề hấn gì ngoài niềm hạnh phúc khi sống trong Vườn Ê-đen vì ở đó không có nước mắt, khổ đau, bệnh tật, hay dày vò. Nhưng A-đam và Ê-va chẳng hề biết gì về hạnh phúc và tình yêu đích thực vì trong Vườn Ê-đen, họ không hiểu được tính tương đối là gì.

Ví dụ, hai đứa trẻ sẽ phản ứng như thế nào khi cùng nhận

một món đồ chơi giống nhau nếu một đứa được sinh ra và nuôi dưỡng trong một gia đình giàu có và đứa kia trong một gia đình thiếu thốn? Đứa sau sẽ đầy lòng biết ơn và vui mừng hơn là đứa kia, con cái của gia đình giàu có.

Nếu muốn hiểu giá trị đích thực của điều gì, chúng ta phải biết và có trải nghiệm về mặt đối lập của nó. Chỉ khi nào chúng ta khốn đốn với bệnh tật, chúng ta mới có thể đánh giá đúng giá trị thực của tình trạng sức khỏe tốt. Chỉ khi nào chúng ta hiểu được sự chết và địa ngục, chúng ta mới có thể đánh giá đúng giá trị của sự sống vĩnh hằng và dâng lời cảm tạ lên Đức Chúa Trời của tình yêu thương tự đáy lòng mình về sự ban cho nước thiên đàng vĩnh hằng.

Trong Vườn Ê-đen dư dật, con người đầu tiên A-đam vui hưởng mọi thứ mà Đức Chúa Trời đã ban cho mình, ngay cả thẩm quyền cai quản trên mọi loài tạo vật khác. Dầu vậy, vì chúng không phải ra từ sự khó nhọc và mồ hôi, A-đam không thể nào hiểu thấu tầm quan trọng của chúng hay đánh giá cao ơn sủng của Đức Chúa Trời về chúng. Chỉ sau khi A-đam bị đuổi khỏi vườn và đến sống trên thế gian nầy, trải nghiệm qua nước mắt, khổ đau, bệnh tật, dày vò, bất hạnh, và sự chết, thì người mới nhận thức được sự khác biệt giữa vui mừng và đau đớn, sự tự do và thịnh vượng mà Đức Chúa Trời đã ban cho người tại Vườn Ê-đen có giá trị là thế nào.

Nếu không hiểu được sự vui mừng và đau khổ, thì sự sống đời đời sẽ có phước hạnh gì đối với chúng ta? Cho dù có đối diện với khó khăn trong một lúc, nếu sau đó chúng ta có thể nhận ra và nói rằng, "Ấy là sự vui mừng!" thì cuộc sống chúng ta sẽ càng trở nên đáng giá và hạnh phúc.

Có cha mẹ nào lại không cho con cái mình đến trường mà chỉ để chúng ở nhà chỉ đơn giản vì họ biết việc học là khó khăn? Nếu cha mẹ thật sự yêu con cái mình, họ sẽ đưa chúng đến trường và chỉ bảo chúng phải học biết những vấn đề khó khăn một cách siêng năng và kinh nghiệm được nhiều thứ hầu cho chúng sẽ xây dựng một tương lai tốt đẹp hơn.

Tấm lòng của Đức Chúa Trời, Đấng đã tạo dựng nên loài người và trưởng dưỡng họ, cũng giống y như vậy. Vì chính lý do nầy, Đức Chúa Trời đã dựng nên cây biết điều thiện và điều ác, đã không ngăn cấm A-đam ăn cây đó trong ý chí tự do mình, và cho phép người trải nghiệm sự vui mừng, giận dữ, buồn rầu, và hài lòng trong tiến trình trưởng dưỡng nhân loại. Ấy là vì con người có thể yêu thương và thờ phượng Đức Chúa Trời, là Đấng yêu thương và lẽ thật, từ sâu thẳm lòng mình chỉ sau khi họ đã trải nghiệm tính tương đối và thấu hiểu được tình yêu, sự vui mừng, và lòng biết ơn thật sự.

Qua quá trình trưởng dưỡng nhân loại, Đức Chúa Trời muốn có những con cái hiểu thấu lòng Ngài và noi theo đó, và để chung sống với họ trên thiên đàng, chia sẻ tình yêu vĩnh hằng và chân thật với họ cho đến đời đời.

Công Cuộc Giáo Hóa Nhân Loại Bắt Đầu Tại I-sơ-ra-ên

Khi con người đầu tiên là A-đam bị đuổi khỏi Vườn Ê-đen

sau khi không làm theo lời phán dặn của Đức Chúa Trời, người chẳng có quyền lựa chọn nơi ở, song Đức Chúa Trời định một nơi cho người. Nơi ấy là I-sơ-ra-ên. Nơi nầy gắn liền với ý chỉ và sự tiên liệu của Đức Chúa Trời. Sau khi nuôi dưỡng một kế hoạch lớn về công cuộc trưởng dưỡng nhân loại, Đức Chúa Trời đã chọn dân tộc I-sơ-ra-ên làm tiêu biểu cho công cuộc nầy. Đặc biệt vì lý do đó, Đức Chúa Trời đã cho phép A-đam sống một cuộc đời mới tại một mảnh đất nơi quốc gia I-sơ-ra-ên được xây dựng.

Sau một thời gian, vô số dân tộc ra từ hậu tự của A-đam và quốc gia I-sơ-ra-ên được thành lập vào thời Gia-cốp, một hậu tự Áp-ra-ham. Đức Chúa Trời mong muốn bày tỏ sự vinh hiển và sự tiên liệu của Ngài về sự trưởng dưỡng nhân loại qua lịch sử I-sơ-ra-ên. Điều nầy không chỉ dành cho người I-sơ-ra-ên mà hết thảy mọi dân tộc trên thế giới. Thế thì, lịch sử I-sơ-ra-ên là lịch sử mà chính Đức Chúa Trời đã chịu trách nhiệm, không chỉ đơn giản là lịch sử của con người mà là sứ điệp thiên thượng cho toàn nhân loại.

Vậy, tại sao Đức Chúa Trời đã chọn I-sơ-ra-ên làm tiêu biểu cho công cuộc trưởng dưỡng nhân loại? Ấy là vì đặc tính siêu việt, hay tâm tuyệt vời của họ.

I-sơ-ra-ên là một hậu tự của 'tổ phụ đức tin' Áp-ra-ham là người mà Đức Chúa Trời đã lấy làm đẹp lòng, và cũng là hậu tự của Gia-cốp là con người hết sức ngoan cường đến nỗi đã vật lộn với Đức Chúa Trời và được thắng. Vì vậy thậm chí sau khi bị mất nước và sống lang thang khắp nơi, dân tộc I-sơ-ra-ên đã không đánh mất bản chất của mình. Trên hết mọi sự, trải qua hàng ngàn năm dân tộc I-sơ-ra-ên đã được bảo toàn, lời Đức Chúa Trời đã được nói tiên tri qua các thánh đồ và họ đã tin điều đó. Như một vấn đề đương nhiên, có nhiều khi dân tộc nầy đã lánh xa khỏi lời Chúa và phạm tội nghịch cùng Ngài, song cuối cùng họ ăn năn và trở lại cùng Ngài. Họ không bao giờ đánh mất niềm tin nơi Giê-hô-va Đức Chúa Trời mình.

Sự phục hồi một quốc gia I-sơ-ra-ên độc lập vào thế kỷ 20, rõ ràng cho chúng ta thấy rằng tấm lòng của họ xứng đáng là hậu tự của Gia-cốp.

Ê-xê-chi-ên 38:8 có chép, *"Sau nhiều ngày ngươi sẽ lãnh mạng ra đi; trong khi những năm sau rốt ngươi sẽ đến trong một đất là đất đã được giải cứu khỏi gươm và nhóm lại giữa nhiều dân tộc; ngươi sẽ đến trên núi I-sơ-ra-ên, là nơi đổ nát đã lâu, nhưng nó đã được đem về từ giữa các dân, và chúng nó hết thảy sẽ ở yên."* Ở đây, "những năm sau rốt" nói đến thời cuối cùng khi mà công cuộc trưởng dưỡng nhân loại đang đến hồi kết của nó và "núi Isơraên" có nghĩa là thành Giê-ru-sa-lem, ngự tọa trên gần 760m (2. 494 feet) trên mực nước biển.

Vì thế, khi tiên tri Ê-xê-chi-ên nói rằng nhiều "dân sẽ nhóm lại từ nhiều xứ sẽ đến trên núi I-sơ-ra-ên," có nghĩa rằng người I-sơ-ra-ên sẽ nhóm hiệp lại từ khắp bốn phương trên thế giới để phục hồi lại quốc gia I-sơ-ra-ên. Theo lời nầy của Đức Chúa Trời, I-sơ-ra-ên, quốc gia đã bị quân La-mã tàn phá vào năm 70 sau công nguyên, đã công bố chủ quyền của một quốc gia vào ngày 14, tháng năm, 1948. Đất ấy chẳng có gì ngoài "sự hoang phế triền miên" song ngày nay, người I-sơ-ra-ên đã xây dựng một quốc gia vững mạnh đến mức không ai có thể không chú ý tới hay thách thức với nó.

Ý Định của Đức Chúa Trời về Sự Tuyển Chọn Dân Tộc I-sơ-ra-ên

Tại sao Đức Chúa Trời khởi sự công cuộc giáo hóa nhân loại tại mảnh đất I-sơ-ra-ên? Tại sao Ngài đã tuyển chọn dân tộc I-sơ-ra-ên, và làm chủ trên lịch sử của nó?

Thứ nhất, Đức Chúa Trời muốn công bố đến hết thảy mọi quốc gia qua lịch sử của I-sơ-ra-ên rằng Ngài chính là Đấng Tạo Hóa của trời và đất, và chỉ một mình Ngài là Đức Chúa Trời chân thật, và là Đấng hằng sống. Qua nghiên cứu lịch sử I-sơ-ra-ên, ngay cả những người Ngoại cũng dễ dàng nhận biết được sự hiện diện của Đức Chúa Trời và hiểu được sự tiên liệu nầy và Ngài là Đấng làm chủ trên lịch sử nhân loại.

Muôn dân của thế gian sẽ thấy rằng ngươi được gọi theo danh Đức Giê-hô-va, và chúng nó sẽ sợ ngươi (Phục Truyền 28:10).

Ồ! I-sơ-ra-ên, người có phước dường bao! Hỡi dân được Đức Giê-hôva cứu rỗi, ai giống như ngươi? Ngài là cái thuẫn giúp đỡ ngươi, thanh gươm khiến cho

I-sơ-ra-ên: Tuyển Dân Của Đức Chúa Trời

ngươi nên vinh hiển. Kẻ thù nghịch ngươi sẽ đến dua nịnh ngươi; còn ngươi, ngươi sẽ lấy chân giày đạp các nơi cao chúng nó (Phục Truyền 33:29).

Tuyển dân của Đức Chúa Trời, I-sơ-ra-ên đã vui mừng về đặc ân lớn lao, chúng ta có thể dễ dàng tìm thấy điều ấy từ trong lịch sử của dân tộc nầy.

Ví dụ, khi Rahab đón tiếp hai người do thám được Giô-suê sai đến đất Ca-na-an, bà nói cùng họ rằng, *"Tôi biết rằng Đức Giê-hô-va đã ban cho các ông xứ nầy, sự kinh khủng vì cớ các ông đã bắt lấy chúng tôi, và cả dân của xứ đều sờn lòng trước mặt các ông. Vì chúng tôi có hay khi các ông ra khỏi xứ Ê-díp-tô, thì Đức Giê-hô-va đã khiến nước biển đỏ bày khô trước mặt các ông, và điều các ông đã làm cho Si-hôn và Óc, hai vua dân A-mô-rít, ở bên kia sông Giô-đanh, mà các ông đã diệt đi. Chúng tôi có hay điều đó, lòng bèn tan ra, chẳng ai trong chúng tôi còn can đảm trước mặt các ông nữa; vì Giê-hô-va Đức Chúa Trời của các ông là Đức Chúa Trời ở trên cao kia, và ở dưới đất thấp nầy"* (Giô-suê 2:9-11).

Đương khi dân sự I-sơ-ra-ên bị giam cầm tại Ba-by-lon, Đa-ni-ên bước đi cùng Đức Chúa Trời và Nê-bu-cát-nết-sa vua Ba-by-lon đã kinh nghiệm được Đức Chúa Trời là Đấng mà Đa-ni-ên đi cùng. Sau khi vị vua nầy kinh nghiệm được Đức Chúa Trời, ông ta chỉ biết *"ngợi khen, tôn vinh, và làm cả sáng Vua trên trời; mọi công việc Ngài đều chân thật, các đường lối Ngài đều công bình; và kẻ nào bước đi kiêu ngạo, Ngài có thể*

hạ nó xuống" (Đa-ni-ên 4:37).
Điều tương tự đã xảy ra trong khi I-sơ-ra-ên chịu dưới quyền cai trị của Bê-sia. Trước sự chứng kiến Đức Chúa Trời hằng sống hành động và nhậm lời cầu nguyện của Hoàng Hậu Ê-xơ-tê, *"nhiều kẻ trong các dân tộc của xứ lại nhập bọn với dân Giu-đa, bởi vì chúng nó sợ hãi dân Giu-đa lắm"* (Êxơtê 8:17).

Vậy, ngay khi dân ngoại cũng kinh nghiệm được Đức Chúa Trời hằng sống là Đấng vùa giúp người I-sơ-ra-ên, chúng trở nên sợ hãi và thờ phượng Đức Ngài. Và ngay cả thế hệ tiếp theo chúng ta đều biết đến Đức Chúa Trời quyền oai và thờ phượng Ngài từ những sự kiện như vậy.

Thứ nhì, Đức Chúa Trời tuyển chọn và chỉ dẫn dân tộc I-sơ-ra-ên vì Ngài muốn qua lịch sử dân tộc nầy, toàn thể nhân loại nhận biết lý do Ngài đã tạo dựng nên loài người và đang giáo hóa họ.

Đức Chúa Trời giáo hóa nhân loại vì Ngài có được những con cái chân thực. Một người con chân thực của Chúa là kẻ trở nên giống Ngài là Đấng thiện lành, bản chất yêu thương, và là Đấng công bình, thánh khiết. Chính những con cái như vậy là những người yêu thương và sống theo ý chỉ Ngài.

Khi I-sơ-ra-ên sống bởi mạng lệnh Đức Chúa Trời và phụng sự Ngài, Ngài đặt dân tộc nầy lên trên hết thảy mọi dân tộc và mọi quốc gia. Ngược lại, khi I-sơ-ra-ên hầu việc thần tượng và trở mặt lìa bỏ mạng lệnh của Đức Chúa Trời, họ phải chịu đủ thứ dày vò và tai họa như chiến tranh, thiên tai hoặc ngay cả bị giam cầm.

Trên mỗi tiến trình, người I-sơ-ra-ên học biết cách hạ mình trước mặt Chúa, và mỗi khi họ hạ mình xuống, Đức Chúa Trời phục hồi họ với lòng thương xót và yêu thương không dời đổi, Ngài bồng ẵm họ trong cánh tay yêu thương mình.

Khi vua Sô-lô-môn yêu mến Chúa và vâng giữ mạng lệnh Ngài, người vui hưởng vinh hiển và huy hoàng lớn, nhưng khi vua xa lánh khỏi Chúa và hầu việc thần tượng, thì sự vinh hiển và huy hoàng mà ông vui hưởng bị tàn lụi. Khi những vị vua của I-sơ-ra-ên như Đa-vít, Giê-hô-sa-phát, Hê-xê-kia bước đi trong luật pháp Đức Chúa Trời, thì quốc gia đầy quyền năng và thịnh vượng, nhưng trong thời trị vì của những vị vua xa lánh đường lối Chúa, quốc gia ấy bị suy yếu và sa vào tay giặc ngoại xâm.

Lịch sử I-sơ-ra-ên bày tỏ tiên chỉ Đức Chúa Trời một cách rõ ràng là như vậy, và nó được xem như tấm gương phản chiếu tiên chỉ Ngài cho mọi dân tộc và mọi quốc gia. Tiên chỉ Ngài công bố rằng khi con người là những kẻ được tạo dựng theo ảnh tượng của Đức Chúa Trời vâng giữ mạng lệnh và được nên thánh theo như lời Ngài đã dạy, họ sẽ được Đức Chúa Trời ban phước và được sống trong ân huệ Ngài.

I-sơ-ra-ên được tuyển chọn để bày tỏ sự tiên liệu của Đức Chúa Trời giữa hết thảy mọi nước và mọi dân, và đã nhận lãnh ơn phước to lớn qua việc phụng sự Ngài như một dân tộc của thầy tế lễ chịu trách nhiệm trước lời Chúa. Thậm chí khi dân sự của nó phạm tội, Đức Chúa Trời lìa bỏ chúng cho đến chừng họ ăn năn với tấm lòng khiêm nhường, như lời Ngài đã hứa cùng các bậc tổ phụ vĩ đại.

Trên hết mọi sự, phước hạnh lớn nhất mà Đức Chúa Trời đã hứa và dành riêng cho tuyển dân Ngài đó là hứa ngôn vinh hiển phi thường rằng Đấng Cứu Thế đã đến trong giữa họ.

Các Bậc Tiền Bối Vĩ Đại

Xuyên suốt quá trình lịch sử nhân loại, Đức Chúa Trời đã gìn giữ I-sơ-ra-ên trong cánh Ngài và đến kỳ, Ngài sai phái người của Chúa đến hầu cho cái tên I-sơ-ra-ên không bị biến mất. Người của Đức Chúa Trời là những người như bông trái sinh ra đúng kỳ theo sự tiên liệu của công cuộc giáo hóa nhân loại bởi tình yêu của Ngài. Đức Chúa Trời đã đặt nền tảng quốc gia của I-sơ-ra-ên qua những bậc tổ phụ vĩ đại của nó.

Áp-ra-ham, Tổ Phụ của Đức Tin

Áp-ra-ham đã chứng tỏ là tổ phụ của đức tin bởi đức tin và sự vâng phục của ông, người đã sản sinh ra một dân tộc kỳ diệu. Ông được sinh ra khoảng bốn ngàn năm trước tại U-rơ xứ Cha-đin, sau khi được Chúa kêu gọi, ông đã chiếm được tình yêu thương và sự thừa nhận của Ngài đến mức được gọi là "bạn" của Đức Chúa Trời.

Đức Chúa Trời đã kêu gọi Áp-ra-ham và ban cho người lời hứa sau:

Hãy ra khỏi quê hương, vòng bà con và nhà cha ngươi, mà đi đến xứ ta sẽ chỉ cho. Ta sẽ làm cho ngươi

nên một dân lớn; ta sẽ ban phước cho ngươi, cùng làm
nổi danh ngươi, và ngươi sẽ thành một nguồn phước
(Sáng Thế 12:1-2).

Lúc bấy giờ, Áp-ra-ham không còn trai trẻ nữa, không có
người thừa kế, và chẳng biết mình sẽ đi về đâu, vậy nên đây chẳng
phải là điều dễ vâng theo. Mặc dù chẳng biết mình phải đi đến
nơi nào, Áp-ra-ham vẫn khởi sự lên đường, vì ông chỉ biết trọn
lòng tin cậy Đức Chúa Trời là Đấng chẳng hề thất hứa bao giờ.
Vậy, Áp-ra-ham bước đi bởi đức tin trong mọi sự, và trong đời
mình ông đã nhận mọi phước hạnh mà Đức Chúa Trời đã hứa.

Áp-ra-ham không những hoàn toàn vâng phục Chúa cùng
những việc làm bởi đức tin mà còn luôn theo đuổi sự thiện lành
và giao hảo với những người chung quanh.

Ví dụ, khi theo mạng lệnh Đức Chúa Trời, Ápraham lìa khỏi
Hara, cháu trai người là Lót đến cùng người. Khi tài tài ngày
càng trở nên nhiều hơn, Áp-ra-ham và Lót không thể ở chung
trên một đất nữa. Đồng cỏ và nước trở nên thiếu hụt, dẫn đến
"chuyện tranh giành của bọn chăn chiên Áp-ra-ham cùng
bọn chăn chiên Lót" (Sáng Thế 13:7). Mặc dù Áp-ra-ham lớn
tuổi hơn nhiều, người vẫn không tìm kiếm hay đòi hỏi quyền lợi
cho mình. Người nhường cho Lót quyền lựa chọn phần đất tốt
hơn. Trong Sáng Thế 13:9, ông bảo cùng Lót rằng, *"toàn xứ há*
chẳng ở trước mặt ngươi sao? Vậy, hãy lìa khỏi ta, nếu ngươi
lấy bên tả, ta sẽ qua bên hữu; nếu ngươi lấy bên hữu, ta sẽ qua
bên tả."

Vì tấm lòng trong sạch, Áp-ra-ham chẳng hề lấy 'một sợi chỉ, hay một sợi dây giày của người khác' (Sáng Thế 14:23). Khi Đức Chúa Trời báo cho ông biết rằng các thành Sô-đôm và Gô-mô-rát đắm chìm trong tội lỗi sẽ bị hủy diệt, Áp-ra-ham, một con người với tình yêu cao thượng, đã nài xin cùng Chúa và được Ngài nhậm lời sẽ không hủy diệt Sô-đôm nếu trong thành ấy có đến mười người công chính.

Lòng nhân hậu và đức tin của Áp-ra-ham đã trọn vẹn đến mức ông đã vâng theo mạng lệnh Đức Chúa Trời lúc bấy giờ kêu gọi ông phải dâng mạng sống của con trai độc sanh mình làm của lễ thiêu.

Trong Sáng Thế 22:2, Đức Chúa Trời phán cùng Áp-ra-ham rằng, *"Hãy bắt đứa con một ngươi yêu dấu, là Y-sác, và đi đến xứ Mô-ria, nơi đó dâng đứa con làm của lễ thiêu ở trên một hòn núi kia mà ta sẽ chỉ cho."*

Y-sác là đứa con được sinh ra cho Áp-ra-ham khi ông tròn một trăm tuổi. Trước khi Y-sác ra đời, Đức Chúa Trời bảo cùng Áp-ra-ham rằng kẻ ra từ thân thể mình sẽ là người thừa tự và hậu tự của người sẽ đông như sao trên trời. Ví như Áp-ra-ham làm theo suy nghĩ xác thịt, người đã không thể tuân theo mạng lệnh Đức Chúa Trời mà hiến tế Y-sác được. Song Áp-ra-ham đã không ngần ngại mà làm theo cũng chẳng hề nghi vấn.

Sau khi lập bàn thờ, ngay thời khắc Áp-ra-ham giá tay lên để hạ sát Y-sác, thiên sứ của Đức Chúa Trời gọi người mà rằng, *"Hỡi Áp-ra-ham, Áp-ra-ham! Người thưa rằng: Có tôi đây. Thiên sứ phán rằng: Đừng tra tay vào mình con trẻ và chớ làm chi hại đến nó; vì bây giờ ta biết rằng ngươi thật kính sợ Đức Chúa*

Trời, bởi cớ không tiếc với ta con ngươi, tức con một ngươi" (Sáng Thế 22:11-12). Thật là một cảnh tượng thiêng liêng và cảm động biết bao!

Vì người chẳng hề cậy nơi tư tưởng xác thịt mình, nên trong lòng Áp-ra-ham chẳng có nỗi lo âu hay tranh chiến nào, người chỉ biết làm theo mạng lệnh Đức Chúa Trời bởi đức tin nơi Ngài. Người đặt trọn niềm tin cậy mình nơi Đức Chúa Trời thành tín là Đấng chắc chắn làm trọn những gì Ngài đã hứa, Đức Chúa Trời toàn năng là Đấng khiến kẻ chết sống lại, và Đức Chúa Trời của tình yêu thương là Đấng chỉ mong muốn mang đến cho con cái Ngài những điều tốt đẹp. Vì tấm lòng Ápraham chỉ biết vâng phục cùng những việc làm bởi đức tin, Đức Chúa Trời đã thừa nhận người là tổ phụ của đức tin.

Đức Giê-hô-va phán rằng: Vì ngươi đã làm điều đó, không tiếc con ngươi, tức con một ngươi thì ta lấy chính mình ta mà thề rằng sẽ ban phước cho ngươi, thêm dòng dõi ngươi nhiều như sao trên trời, đông như cát bờ biển, và dòng dõi đó sẽ chiếm được cửa thành quân nghịch. Bởi vì ngươi đã vâng theo lời dặn ta, nên các dân thế gian đều sẽ nhờ dòng dõi ngươi mà được phước (Sáng Thế 22:16-18).

Vì Áp-ra-ham có tầm vóc đức tin và sự thiện lành đẹp lòng Chúa, người được gọi là "bạn" của Đức Chúa Trời và được coi là tổ phụ của đức tin. Đồng thời, người cũng trở thành cha của mọi dân tộc và nguồn của mọi phước hạnh như Đức Chúa Trời đã hứa khi Ngài lần đầu kêu gọi người, *"Ta sẽ ban phước cho người nào chúc phước ngươi, rủa sả kẻ nào rủa sả ngươi; và các chi tộc nơi thế gian sẽ nhờ ngươi mà được phước"* (Sáng Thế 12:3).

Sự Tiên Liệu của Đức Chúa Trời qua Gia-cốp, Tổ Phụ Của I-sơ-ra-ên, và Giô-sép Kẻ Nằm Mộng

Y-sác được sinh ra cho Áp-ra-ham, tổ phụ đức tin và hai con trai Ê-sau và Gia-cốp được sinh ra cho Y-sác. Đức Chúa Trời chọn Gia-cốp, người có tấm lòng vượt trội hơn anh mình từ khi người còn trong bụng mẹ. Gia-cốp sau đó được gọi là "I-sơ-ra-ên" và trở thành tổ phụ của quốc gia I-sơ-ra-ên và là cha của Mười Hai Chi Phái.

Về việc dùng bánh và canh phạn đậu để mua quyền trưởng nam anh mình là Êsau và đoạt lấy sự chúc phước của người anh bằng cách đánh lừa cha mình là Y-sác, Giacốp thiết tha khao khát sự ban phước của Đức Chúa Trời và những vấn đề thuộc linh. Gia-cốp có tính nết lừa dối trong chính mình song Đức Chúa Trời biết rằng một khi Gia-cốp được biến đổi, người sẽ trở thành một ống dẫn lớn. Vì lý do nầy, Đức Chúa Trời đã cho phép Gia-cốp gặp thử thách trong hai mươi năm hầu cho bản ngã của người bị phá đổ hoàn toàn để người có thể hạ mình xuống.

Khi Gia-cốp chiếm đoạt quyền trưởng nam của anh mình là Ê-sau một cách xảo quyệt, Ê-sau bèn tìm cách hại mạng sống người nên Gia-cốp đã phải trốn đi. Cuối cùng Gia-cốp đến sống tại nhà cậu mình là La-ban, làm công việc chăn giữ chiên và dê.

Người đã phải khó nhọc trong việc chăm sóc bầy chiên cùng dê của cậu mình. Vậy nên, người đã xưng nhận trong Sáng Thế 31:40, *"Ban ngày tôi chịu nắng nồng, ban đêm tôi chịu lạnh lùng, ngủ nào có an giấc được đâu."* Đức Chúa Trời báo trả mỗi người tùy theo những gì họ gieo. Ngài thấy Gia-cốp làm việc trung tín, nên ban phước cho người giàu có. Khi Đức Chúa Trời bảo người trở lại quê hương mình, Gia-cốp rời khỏi nhà La-ban lên đường về quê cùng gia đình và tài sản mình. Khi đến Sông Gia-bốc, Gia-cốp nghe rằng anh trai mình là Ê-sau đang ở bờ bên kia cùng 400 người.

Gia-cốp không thể trở lại nhà La-ban vì cớ lời hứa mà người đã lập cùng cậu mình. Người cũng không thể qua sông mà tiến về phía Ê-sau là kẻ đang nung nấu sự trả thù. Thấy mình rơi vào thế khó xử, Gia-cốp không còn dám cậy vào sự khôn ngoan riêng của mình, song phó thác mọi sự cho Chúa trong sự cầu nguyện. Gia-cốp khẩn thiết cầu xin cùng Đức Chúa Trời trong sự cầu nguyện đến mức làm trật khớp xương đùi mình.

Gia-cốp đã vật lộn cùng Đức Chúa Trời và đã thắng, vậy Đức Chúa Trời ban phước cho người mà rằng, *"Tên người sẽ chẳng là Gia-cốp nữa, nhưng tên là I-sơ-ra-ên, vì ngươi có vật lộn cùng Đức Chúa Trời và người ta; ngươi đều được thắng"* (Sáng Thế 32:28). Kế đến Gia-cốp cũng có thể giải hòa cùng anh mình nữa.

Lý do Đức Chúa Trời đã chọn Gia-cốp là vì người rất bền bỉ và ngay thẳng đến nỗi qua gian nan thử thách, người có thể trở thành ống dẫn lớn đóng một vai trò quan trọng trong trong lịch sử I-sơ-ra-ên.

Gia-cốp có mười hai người con trai đặt nền tảng để hình thành quốc gia I-sơ-ra-ên. Dầu vậy, vì cớ họ vẫn còn chỉ là một bộ tộc, Đức Chúa Trời đã có kế hoạch đưa họ qua xứ Ê-díp-tô, là một quốc gia hùng mạnh, cho đến khi những hậu tự của Gia-cốp có thể trở thành một quốc gia lớn.

Kế hoạch nầy là bởi tình yêu của Đức Chúa Trời Đấng đã bảo vệ họ thoát khỏi những quốc gia khác. Người được ủy thác công việc vĩ đại nầy là Giô-sép con trai thứ mười một của Gia-cốp.

Trong mười hai con trai mình, Gia-cốp đặc biệt thiên vị Giô-sép đến nỗi người đã mặc cho con trai ấy một bộ đồ nhiều màu sắc sặc sỡ cùng những điều tương tự. Giô-sép đã trở thành mục tiêu của lòng căm ghét và đố kỵ của các anh mình và đã bị các anh bán làm nô lệ tại Ê-díp-tô năm mười bảy tuổi. Thế nhưng ông chẳng hề than oán hay coi khinh các anh mình.

Giô-sép bị bán vào nhà Bô-ti-pha, viên sĩ quan của Pha-ra-ôn, sĩ quan thị vệ. Tại đây người đã làm việc hết sức siêng năng và trung tín nên đã chiếm được thiện ý và lòng tin tưởng của Bô-ti-pha. Do vậy, Giô-sép đã trở thành người quản gia của gia đình Bô-ti-pha và được tín thác cho mọi việc trong nhà.

Thế nhưng, một nan đề đã xảy ra. Giôsép là người có tướng mạo đẹp đẽ khiến vợ chủ đã tìm cách quyến dụ chàng. Giô-sép là người ngay thẳng và kính sợ Đức Chúa Trời, nên khi bà ta quyến dụ chàng, người đã dạn dĩ đáp rằng, *"Thế nào tôi dám làm điều đại ác dường ấy, mà phạm tội cùng Đức Chúa Trời sao?"* (Sáng Thế 39:9)

Sau cùng, với sự buộc tội vô cớ của bà, Giô-sếp bị bỏ tù nơi mà các tù binh của vua bị giam cầm. Thậm chí trong tù, Đức Chúa Trời đã ở cùng Giô-sếp, với ân huệ của Chúa bên cạnh, chẳng bao lâu Giô-sếp đã đảm đương "bất cứ chuyện gì xảy ra" trong tù.

Từ suốt những chặng đường dài như vậy, Giô-sếp đã thu thập được những sự khôn ngoan để sau nầy nhờ đó mà ông có thể cai quản cả quốc gia, sự giáo hóa khuynh hướng chính trị của ông, và trở thành một ống dẫn lớn, là người có thể cưu mang rất nhiều người trong lòng mình.

Sau khi thông giải những giấc mơ của Pha-ra-ôn và ngay cả việc cống hiến các giải pháp khôn ngoan để giải quyết vấn đề mà Pha-ra-ôn và các quần thần của người đã gặp phải, Giô-sếp đã trở thành người nắm quyền thống trị xứ Ê-díp-tô sau Pha-ra-ôn. Vậy, bởi sự tiên liệu mầu nhiệm của Đức Chúa Trời và qua những thử thách mà Giô-sếp đã được trao cho, Đức Chúa Trời đã đặt người vào vị trí quan tổng trấn vào tuổi 30 tại một trong những quốc gia hùng mạnh nhất thời bấy giờ.

Như Giô-sếp đã tiên đoán về những giấc mơ của Pha-ra-ôn, bảy năm đói kém đã giáng xuống trên vùng Cận Đông bao gồm Ai-cập, như ông đã sẵn sàng chuẩn bị cho một sự kiện như vậy, Giô-sếp đã có thể giải cứu được hết thảy người Ai-cập. Khi các anh Giô-sếp sang Ai-cập tìm mua lương thực, được gặp lại các anh em và kế đến hết thảy người nhà đều sớm chuyển tới Ai-cập nơi mà họ sống trong sự phồn vinh và mở đường cho sự ra đời của quốc gia I-sơ-ra-ên.

Môi-se: Một Nhà Lãnh Đạo Vĩ Đại Người Đã Làm Cho Cuộc Xuất Hành Trở Thành Sự Thật

Sau khi định cư tại xứ Ai-cập hậu duệ I-sơ-ra-ên phát triển về số lượng và ngày càng thịnh vượng, chẳng bao lâu đã trở nên một con số đủ lớn để hình thành một quốc gia của riêng họ. Khi có một vị vua, người nầy không quen biết Giô-sép, lên nắm quyền, ông bắt đầu ngăn ngừa sự thịnh vượng và sức mạnh của hậu duệ I-sơ-ra-ên. Vua cùng các quan chức quần thần sớm khiến cho đời sống của người I-sơ-ra-ên trở nên đắng cay với sự làm lụng khó nhọc với các nghề vữa hồ và gạch cùng đủ các loại công việc đồng áng khác, hết thảy các công việc khắc nghiệt đã áp đặt lên họ (Xuất Ê-díp-tô 1:13-14).

Dầu vậy, *"càng khó nhọc chừng nào, dân I-sơ-ra-ên càng thêm nhiều lên"* (Xuất Ê-díp-tô 1:12). Pharaôn nhanh chóng hạ lệnh giết hết các con trai I-sơ-ra-ên vừa mới sinh. Khi nghe tiếng kêu khóc cầu cứu của dân sự I-sơ-ra-ên vì cảnh nô lệ của họ, Đức Chúa Trời nhớ đến giao ước Ngài lập cùng Áp-ra-ham, Y-sác và Gia-cốp.

Ta sẽ cho ngươi cùng dòng dõi ngươi xứ mà ngươi đang kiều ngụ, tức toàn xứ Ca-na-an, làm cơ nghiệp đời đời. Vậy ta sẽ làm Đức Chúa Trời của họ (Sáng Thế 17:8).

Xứ ta đã cho Áp-ra-ham và Y-sác thì ta sẽ cho ngươi

cùng dòng dõi ngươi (Sáng Thế 35:12).

Để đem các con trai I-sơ-ra-ên ra khỏi sự khổ ải và dẫn chúng đến xứ Ca-na-an, Đức Chúa Trời đã dự sẵn một người là kẻ sẽ vâng phục mạng lệnh Ngài cách vô điều kiện và dẫn dắt dân sự Ngài với trọn lòng mình.

Người đó chính là Môi-se. Cha mẹ Môi-se đã giấu người trong ba tháng sau khi sinh, song đến khi họ không thể giấu thêm được nữa, họ bèn đem người đặt vào một cái thúng rồi để vào giữa đám sậy bên bờ sông Nin. Khi con gái Pha-ra-ôn phát hiện ra đứa trẻ thì họ quyết định giữ đứa bé lại làm con nuôi, người chị của đứa bé ấy đứng đằng xa xem cho biết điều gì sẽ xảy đến với em mình đã gợi ý cùng con gái Pha-ra-ôn về việc tìm vú nuôi cho Môi-se.

Vậy, Môi-se được nuôi lớn trong cung điện nhà vua bởi chính người mẹ của mình, nhờ đó người đã lớn lên một cách tự nhiên học biết về Đức Chúa Trời và người dân I-sơ-ra-ên, dân tộc mình.

Rồi một ngày nọ, người trông thấy người anh em Hê-bơ-rơ mình bị một người Ê-díp-tô đánh đập, trong cơn giận dữ khiến người đã hạ sát tên Ê-díp-tô đó. Khi việc nầy bị lộ, Môi-se đã trốn khỏi mặt Pha-ra-ôn rồi kiều ngụ tại xứ Mi-đi-an. Người chăn chiên trong bốn mươi năm, và đây là một phần trong sự tiên liệu của Đức Chúa Trời là Đấng đã tìm và rèn luyện Môi-se để làm người lãnh đạo của cuộc Xuất hành.

I-sơ-ra-ên: Tuyển Dân Của Đức Chúa Trời

Đến kỳ Chúa chọn, Ngài kêu gọi Môi-se rồi truyền lệnh cho người đưa dân sự I-sơ-ra-ên ra khỏi xứ Ê-díp-tô để vào Ca-na-an, xứ đượm sữa và mật.

Vì tấm lòng chai đá mình, Phara-ôn chẳng chịu lắng nghe mạng lệnh mà Đức Chúa Trời đã truyền qua Môi-se. Dẫn đến hậu quả, Ngài đã giáng xuống Mười Tai họa trên xứ Ê-díp-tô.

Chỉ sau khi chịu khốn đốn với cái chết của hết thảy những con trai đầu lòng, pha-ra-ôn và quần thần người mới chịu quỳ gối xuống trước mặt Đức Chúa Trời, và dân sự Isơraên mới được thoát khỏi ách nô lệ. Chính Đức Chúa Trời đã chỉ đạo dân sự I-sơ-ra-ên trên mỗi bước đường trong hành trình của họ, Đức Chúa Trời phân đôi Biển Đỏ để họ có thể vượt qua như thể đi trên đất khô. Khi không có nước để uống, Đức Chúa Trời đã khiến nước chảy ra từ đá và khi họ không có cái để ăn, Đức Chúa Trời đem đến cho họ ma-na và chim cút. Đức Chúa Trời đã làm những dấu kỳ và phép lạ như vậy qua Môi-se để đảm bảo sự sống còn của hàng triệu người I-sơ-ra-ên trong đồng vắng suốt bốn mươi năm.

Đức Chúa Trời thành tín đã đưa dẫn dân sự I-sơ-ra-ên vào xứ Ca-na-an qua Giô-suê, người kế vị Môi-se. Đức Chúa Trời đã vùa giúp Giô-suê và người của ông vượt Sông Giô-đanh theo cách của Chúa và cho họ chiếm được thành Giê-ri-cô. Và theo những đường lối riêng của Ngài, Đức Chúa Trời đã cho họ chinh phục và chiếm được hầu hết xứ Ca-na-an là xứ đượm sữa và mật.

Đương nhiên, sự chinh phục xứ Ca-na-an không chỉ là ơn phước của Đức Chúa Trời dành cho người I-sơ-ra-ên mà còn là kết quả sự đoán phạt cách công bình chống lại cư dân Ca-na-an là những kẻ đã trở nên đồi bại trong tội lỗi và độc ác. Dân cư Ca-na-an đã trở nên vô cùng đồi bại và buộc phải chịu đoán phạt, và Đức Chúa Trời công chính đã chỉ dẫn dân sự I-sơ-ra-ên chiếm đất ấy.

Như Đức Chúa Trời đã phán cùng Áp-ra-ham, *"Đến đời thứ tư dòng dõi ngươi sẽ trở lại đây, vì tội lỗi của dân A-mô-rít chưa được đầy trọn"* (Sáng Thế 15:16), các hậu duệ của Áp-ra-ham là Gia-cốp và con trai người đã rời Ca-na-an đến xứ Ê-díp-tô, định cư tại đó, rồi các hậu tự của họ quay trở lại xứ Ca-na-an.

Đa-vít Thiết Lập Một I-sơ-ra-ên Uy Quyền

Sau khi chinh phục xứ Ca-na-an, Đức Chúa Trời đã cai quản trên I-sơ-ra-ên qua các quan xét và tiên tri trong thời kỳ các quan xét, và sau đó I-sơ-ra-ên trở thành một vương quốc. Vào triều đại Vua Đa-vít là người yêu mến Chúa trên hết mọi sự, nền tảng khi một quốc gia được thiết lập.

Thời niên thiếu, Đavít hạ thủ một chiến binh Philitin khổng lồ bằng một cái tràng ném đá và một hòn đá, và trong sự lập công của mình trên chiến trường, Đa-vít được đặt lên hàng đầu trong các chiến binh trong quân đội Vua Sau-lơ. Đa-vít trở về sau khi đánh bại quân Philitin, nhiều người nữ nhảy múa reo mừng mà rằng, "Sau-lơ giết hàng ngàn, Đa-vít gết hàng vạn." Rồi người I-sơ-ra-ên bắt đầu yêu mến Đa-vít. Từ đó Vua Sau-lơ đem lòng ganh tị mà lập mưu sát hại Đa-vít.

Giữa những cuộc truy đuổi ghê gớm của Sau-lơ, Đa-vít có đến

I-sơ-ra-ên: Tuyển Dân Của Đức Chúa Trời

hai cơ hội để lấy mạng vua song người đã không tra tay lên kẻ đã được Đức Chúa Trời xức dầu. Người chỉ làm những điều tốt đẹp đối với vua. Có lần Đa-vít sấp mình xống đất mà thưa cùng Vua Sau-lơ rằng, *"Vậy, cha ôi! Hãy xem cái vạt áo tơi cha mà tôi cầm trong tay; bởi vì tôi có vạt áo tơi của cha, mà không giết cha, thì nhân đó khá biết và nhận rằng nơi tôi chẳng có sự ác, hoặc sự phản nghịch, tôi chẳng có phạm tội gì với cha. Còn cha, lại săn mạng sống tôi để cất có đi"* (1 Sa-mu-ên 24:11).

Đa-vít, một con người có tấm lòng giống Chúa, theo đuổi sự thiện lành trong mọi sự thậm chí sau khi người lên ngôi vua. Trong triều đại, Đavít trị vì ngôi vua của mình với sự công chính và làm vững mạnh vương triều. Khi Đức Chúa Trời đồng hành cùng vua, Đavít luôn thắng hơn trong cuộc chiến chống lại người Philitin láng giềng, Mô-áp, A-ma-léc, A-mô-nít và Ê-đôm. Người mở rộng bờ cõi I-sơ-ra-ên, những chiến lợi phẩm và vật triều cống chỉ làm tăng thêm ngân khố vương triều Đa-vít. Nhờ vậy người đã vui hưởng một thời kỳ phồn vinh.

Đa-vít cũng cho chuyển Hàm Giao Ước của Đức Chúa Trời về Giê-ru-sa-lem, bắt đầu một công cuộc hiến tế, và làm vững niềm tin nơi Giê-hô-va Đức Chúa Trời. Vua cũng xây dựng Giê-ru-sa-lem thành một trung tâm chính trị và tôn giáo của vương triều và tất cả chuẩn bị cho việc xây dựng Đền Thánh của Đức Chúa Trời trong triều đại Vua Sô-lô-môn con trai người.

Xuyên suốt toàn bộ lịch sử của mình, I-sơ-ra-ên được hùng mạnh và huy hoàng nhất trong thời vua Đavít trị vì, và người cũng được dân mình hết sức ngưỡng mộ và đã dâng vinh hiển lớn lên Đức Chúa Trời. Trên hết mọi sự, kỳ diệu biết bao là tổ phụ Đa-vít vì Đấng Cứu Thế đã ra từ dòng dõi người!

Ê-li Đem Tấm Lòng Dân Sự I-sơ-ên Trở Lại Với Đức Chúa Trời

Sô-lô-môn, con trai Vua Đa-vít đã thờ lạy thần tượng trong những ngày cuối của đời mình, sau khi người băng hà, vương triều đã bị phân rẽ làm đôi. Trong mười hai chi phái của I-sơ-ra-ên, co mười chi phái hình thành nên vương triều I-sơ-ra-ên ở phía bắc, trong khi đó hai chi phái còn lại thành lập vương triều Giu-đa ở phía nam.

Trong vương triều I-sơ-ra-ên, các đấng tiên tri A-mốt và Ô-sê bày tỏ tiên chỉ Đức Chúa Trời cùng dân sự Ngài, trong khi đó các đấng tiên tri Ê-sai và Giê-rê-mi thi hành chức vụ tại vương triều Giu-đa. Khi đến kỳ đã định, Đức Chúa Trời sai phái các đấng tiên tri đến và hoàn thành tiên chỉ của Ngài qua họ. Một trong số họ là Tiên Tri Ê-li, người đã thi hành chức vụ mình trong triều đại Vua A-háp trong vương triều phía bắc.

Trong thời Ê-li, nữ hoàng người ngoại Giê-sơ-bên đã mang Ba-anh vào I-sơ-ra-ên và việc thờ lạy thần tượng đã lan tràn khắp vương triều. Sứ mạng đầu tiên mà Tiên tri Ê-li thực hiện ấy là bảo cho Vua A-háp biết sẽ không có mưa trong xứ I-sơ-ra-ên trong ba năm rưỡi là hậu quả của sự đoán phạt từ Đức Chúa Trời về tội thờ lạy thần tượng của họ.

Khi nghe tiên tri nói vậy, vua cùng hoàng hậu tìm cách sát

I-sơ-ra-ên: Tuyển Dân Của Đức Chúa Trời

hại người, Ê-li trốn sang Xa-rê-phát, nơi thuộc về Si-đôn. Ông được cung cấp cho một mẩu bánh mì từ một bà góa, và để đáp lại sự phục vụ của bà, Ê-li bày tỏ ơn phước kỳ diệu trên bà góa nầy đến nỗi bột trong vò của bà không bao giờ hết và dầu trong bình chẳng bao giờ cạn cho đến chừng nạn đói qua đi. Sau đó Ê-li cũng đem sự sống trở lại cho đứa con trai đã chết của người góa nầy.

Tại Núi Cạt-mên, Ê-li đánh trận cùng 450 tiên tri của Ba-anh và 400 tiên tri của A-sê-ráp và khiến lửa của Chúa từ trời sa xuống. Hầu cho lòng của người I-sơ-ra-ên xoay bỏ khỏi thần tượng và quay trở lại cùng Đức Chúa Trời, Ê-li đã chuẩn bị bàn thờ của Đức Chúa Trời, đổ nước lên bàn thờ và của lễ, rồi khẩn thiết cầu nguyện cùng Đức Chúa Trời.

"Lạy Giê-hô-va Đức Chúa Trời của Áp-ra-ham, của I-sác, và của I-sơ-ra-ên, ngày nay xin tỏ cho người ta biết rằng Ngài là Đức Chúa Trời trong I-sơ-ra-ên, rằng tôi là kẻ tôi tớ Ngài, và tôi vâng lời Ngài mà làm mọi sự nầy. Giê-hô-va ôi! Xin nhậm lời tôi, xin đáp lời tôi, hầu cho dân sự nầy nhìn rằng Giê-hô-va là Đức Chúa Trời, và Ngài khiến cho lòng họ trở lại. Lửa của Đức Giê-hô-va bèn giáng xuống, thiêu đốt của lễ thiêu, củi, đá, bụi và rút nước trong mương. Thấy vậy, cả dân sự sấp mình xuống đất, và la rằng: "Giê-hô-va là Đức Chúa Trời!" Ê-li nói với chúng rằng: Hãy bắt các tiên tri của Ba-anh, chớ cho thoát một người nào. Chúng bèn bắt họ, Ê-li đem họ xuống dưới khe Ki-sôn và giết họ tại đó" (1

Các Vua 18:36-39).

Thêm vào đó, ông đã khiến mưa sa xuống từ trời sau ba năm rưỡi hạn hán, đi qua Sông Giô-đanh như thể đi trên đất khô và nói tiên tri về những điều sắp xảy đến. Qua việc bày tỏ quyền phép kỳ diệu của Đức Chúa Trời, Ê-li đã làm chứng về Đức Chúa Trời hằng sống cách tỏ tường.

2 Các Vua 2:11 có chép rằng, *"Khi [Ê-li và Ê-li-sê] vừa đi vừa nói với nhau, kìa, có một cái xe lửa và ngựa lửa phân rẽ hai người; Ê-li lên trời trong một cơn gió lốc."* Vì đã làm đẹp lòng Chúa bởi tầm vóc đức tin tột bực của mình, người đã được Đức Chúa Trời yêu mến và thừa nhận, Ê-li thăng thiên về trời mà chẳng hề thấy sự chết.

Đa-ni-ên Bày Tỏ Vinh Hiển Của Đức Chúa Trời Đến Các Nước

Hai trăm năm mươi năm sau, vào khoảng 650 trước Chúa, vào năm thứ ba của triều đại Giê-hô-kim, Giê-ru-sa-lem bị rơi vào tay xâm lược của Vua Nê-bu-cát-nết-sa của Ba-by-lon và nhiều gia đình trong hoàng tộc của vương triều của Giu-đa bị bắt làm phu tù.

Như một sách lược giải hòa của Nê-bu-cát-nết-sa, Vua truyền cho Át-bê-na, là người làm đầu các hoạn quan mình, lấy trong con cái I-sơ-ra-ên, trong dòng vua, và trong hàng quan sang, mà đem đến mấy kẻ trai trẻ không có tật nguyền, mặt mày xinh tốt, tập mọi sự khôn ngoan, biết cách trí, đủ sự thông hiểu khoa học, có thể đứng chầu trong cung vua, và dạy cho học thức và tiếng của người Canh-đê, và Đa-ni-ên là một trong số những người trai trẻ đó (Đa-ni-ên 1:3-4).

Dẫu vậy, Đa-ni-ên quyết định trong lòng rằng sẽ không chịu ô uế bởi đồ ngon vua ăn và rượu vua uống, nên cầu xin người làm đầu hoạn quan để đừng bắt mình phải tự làm ô uế (Đa-ni-ên 1:8). Mặc dù là một tù binh chiến tranh, Đa-ni-ên vẫn được Đức Chúa Trời ban phước cho vì người kính sợ Ngài trong mọi sự trong đời sống mình. Đức Chúa Trời ban cho bốn người trai trẻ đó được lòng thông biết tỏ sáng trong mọi thứ học thức và sự khôn ngoan. Đa-ni-ên cũng biết được mọi sự hiện thấy và chiêm bao (Đa-ni-ên 1:17).

Ấy là tại sao người luôn nhận ân huệ và sự công nhận từ các vua mặc dù các vương triều thay đổi. Nhận biết được tinh thần phi thường của Đa-ni-ên, Vua Đa-ri-út của Bê-sia đã bổ nhiệm ông trên toàn xứ của vương triều. Về sau có một số quan án đem lòng ganh ghét Đa-ni-ên rồi tìm cớ buộc tội chống lại người có liên quan đến quyền lực lãnh đạo công việc. Song họ chẳng tìm thấy lý cớ để buộc tội, hay chứng cớ của sự xấu xa nào.

Khi biết rằng Đa-ni-ên cầu nguyện với Đức Chúa Trời ba lần mỗi ngày, các viên quan hội đồng và thống đốc đến gặp vua mà hối thúc đưa ra một đạo luật rằng bất kỳ người nào cầu nguyện trong một tháng với bất cứ thần nào hay loài người ngoài vua thì phải bị ném vào hang sư tử. Đa-ni-ên chẳng hề nao núng; thậm chí trước nguy cơ đánh mất danh tiếng, địa vị cao, và mạng sống của mình trong hang sư tử, người tiếp tục hướng về Giê-ru-sa-lem mà cầu nguyện, như trước đây người vẫn thường làm.

Theo lệnh truyền của vua, Đa-ni-ên bị ném vào hang sư tử, nhưng Đức Chúa Trời đã sai thiên sứ Ngài đến khóa mồm sư tử, Đa-ni-ên chẳng bị hề hấn gì. Khi biết được sự việc nầy, Vua Đa-ri-út đã gởi yết thị đến hết thảy các dân tộc, các quốc gia, và con người của mọi thứ tiếng là những kẻ sống trên khắp đất hãy ca hát, ngợi khen và tôn vinh Đức Chúa Trời:

Ta ban chiếu chỉ rằng, trong khắp miền nước ta, người ta phải run rẩy kính sợ trước mặt Đức Chúa Trời của Đa-ni-ên; vì Ngài là Đức Chúa Trời hằng sống và còn đời đời. Nước Ngài sẽ không bao giờ bị hủy diệt, và quyền Ngài sẽ còn đến cuối cùng. Ngài cứu rỗi và giải thoát, làm những dấu lạ sự lạ ở trên trời dưới đất, đã cứu Đa-ni-ên khỏi quyền thế sư tử (Đa-ni-ên 6:26-27).

Cùng với những tổ phụ đức tin là những người rất tiêu biểu trong Chúa đã được đề cập trên, không có giấy mực nào đủ để mô tả hết những việc làm bởi đức tin của Ghi-đi-ôn, Ba-rát, Sam-sôn, Giê-than, Sa-mu-ên, Ê-sai, Giê-rê-mi, Ê-xê-chi-ên, ba bạn của Đa-ni-ên, Ê-xơ-tê, cùng hết thảy những đấng tiên tri đã được nói đến trong Kinh Thánh.

Những Tổ Phụ Vĩ Đại Của Mọi Nước Trên Thế Gian

Từ những ngày đầu của đất nước I-sơ-ra-ên, Đức Chúa Trời đã đích thân hoạch định và hướng dẫn tiến trình lịch sử của nó. Mỗi khi I-sơ-ra-ên thấy mình rơi vào khủng hoảng, Đức Chúa

Trời giải cứu họ qua những đấng tiên tri mà Ngài đã dự sẵn, và điều khiển lịch sử I-sơ-ra-ên.

Vậy nên, không như bất kỳ một quốc gia nào khác, lịch sử I-sơ-ra-ên được tỏ ra theo sự tiên liệu của Đức Chúa Trời, từ thời Áp-ra-ham và còn sẽ tiếp tục tỏ ra theo kế hoạch của Ngài cho đến cuối cùng.

Đối với Đức Chúa Trời, sự lựa chọn và sử dụng những tổ phụ đức tin trong những người I-sơ-ra-ên cho sự tiên liệu và kế hoạch của Ngài không những vì tuyển dân I-sơ-ra-ên mà còn vì tất cả mọi dân tộc trên khắp đất là những kẻ đặt niềm tin vào Đức Chúa Trời.

Áp-ra-ham chắc sẽ được trở nên một dân lớn và cường thịnh; các dân tộc trên thế gian đều sẽ nhờ người mà được phước (Sáng Thế 18:18).

Đức Chúa Trời mong muốn "mọi dân tộc trên thế gian" đều trở thành con cái đức tin của Áp-ra-ham để nhờ người mà được phước. Ngài không chỉ dành riêng ơn phước cho tuyển dân I-sơ-ra-ên của Ngài, Đức Chúa Trời hứa cùng Áp-ra-ham trong Sáng Thế 17:4-5 rằng người sẽ trở thành cha của nhiều dân tộc, và trong Sáng Thế 12:3 rằng mọi chi tộc trên thế gian sẽ nhờ ngươi mà được phước và trong Sáng Thế 22:17-18 thì nói rằng mọi dân tộc đều sẽ nhờ dòng dõi ngươi mà được phước.

Hơn nữa, qua lịch sử I-sơ-ra-ên, Đức Chúa Trời đã mở đường để nhờ đó mà mọi nước trên thế gian sẽ nhận biết được rằng chỉ có Giê-hô-va là Đức Chúa Trời chân thật, hãy phụng sự Ngài và trở thành con cái yêu dấu của Ngài.

Những kẻ vốn chẳng cầu hỏi ta thì đã hỏi thăm ta;
những kẻ vốn chẳng tìm ta thì đã gặp được ta. Ta đã
phán cùng một dân chưa kêu cầu danh ta, mà rằng: Ta
đây, ta đây! (Ê-sai 65:1).

Đức Chúa Trời đã dựng nên những tổ phụ vĩ đại, tự mình
hướng dẫn và điều khiển lịch sử của I-sơ-ra-ên để cho cả dân
ngoại và tuyển dân Ngài là I-sơ-ra-ên kêu cầu đến danh Ngài.
Cho đến bấy giờ Đức Chúa Trời đã làm trọn lịch sử giáo hóa
nhân loại, song lúc nầy Ngài đã định ra một kế hoạch kỳ diệu
khác hầu cho Ngài cũng có thể áp dụng sự tiên liệu của công
cuộc giáo hóa nhân loại đối với toàn nhân loại nữa. Vậy nên khi
đến kỳ đã định, Đức Chúa Trời sai con trai Ngài đến xứ I-sơ-
ra-ên không chỉ để làm Đấng Cứu Thế của I-sơ-ra-ên mà còn là
Đấng Cứu Thế của toàn nhân loại nữa.

Những người làm chứng
về chúa Giê-su Christ

Xuyên suốt lịch sử giáo hóa nhân loại, I-sơ-ra-ên luôn là trung tâm ứng nghiệm về sự tiên liệu của Đức Chúa Trời. Ngài tự bày tỏ chính mình cho những tổ phụ đức tin, hứa với họ về những điều sắp xảy đến, và làm trọn những gì Ngài đã hứa. Ngài cũng báo cho dân sự I-sơ-ra-ên biết rằng Đấng Cứu Thế sẽ đến từ một chi phái Giu-đa, dòng dõi của Đa-vít và sẽ cứu hết thảy mọi dân tộc trên thế gian.

Do vậy, I-sơ-ra-ên đã chờ đợi Đấng Cứu Thế như đã được tiên tri trong Cựu Ước. Đấng Cứu Thế chính là Giê-su Christ. Như một lẽ đương nhiên, những người tin đạo Do Thái không công nhận Giê-su là Con Trai của Đức Chúa Trời và là Chúa Cứu Thế, thay vào đó họ vẫn còn đang chờ đợi sự hiện đến của Ngài.

Dẫu vậy, Đấng Cứu Thế mà I-sơ-ra-ên đang chờ và Đấng Cứu Thế được để cập đến trong phần còn lại của chương nầy là một.

Người ta nói gì về Giê-su Christ? Nếu tra xem những lời tiên tri về Đấng Cứu Thế, sự ứng nghiệm của chúng, và những phẩm chất của Đấng Cứu Thế, chúng ta sẽ chỉ xác nhận thực tế rằng

Đấng Cứu Thế mà I-sơ-ra-ên đang mong chờ chẳng ai khác khác mà chính là Chúa Giê-su Christ.

Phao-lô, Kẻ Khủng Bố Chúa Giê-su Christ Trở Thành Sứ Đồ của Ngài

Phao-lô được sinh ra tại Tạc-sơ, Xilixia, ngày nay là Thổ Nhỉ Kỳ, gần 2000 năm trước đây, tên khai sinh của ông là Sau-lơ. Sau-lơ được cắt bì vào ngày thứ tám sau khi chào đời, quốc tịch I-sơ-ra-ên, thuộc chi phái Ben-gia-min, và là một người Hê-bơ-rơ chính thống. Sau-lơ là một người không chỗ chê trách xét về sự công chính theo luật pháp. Ông được Ga-ma-li-ên, thầy kinh luật được mọi người kính trọng, dạy dỗ. Ông sống một cách nghiêm khắc theo luật pháp của những bậc tiền bối mình và có quyền công dân Đế quốc La-mã là một quốc gia hùng mạnh nhất trong thế gian thời bấy giờ. Nói tóm lại, Sau-lơ chẳng thiếu một thứ gì nói theo cách của người đời, như gia đình, dòng dõi, học thức, sự giàu có, hay quyền lực.

Vì cớ người đã yêu mến Đức Chúa Trời trên hết mọi sự, Sau-lơ đã đem lòng ganh ghét mà bắt bớ những môn đệ của Chúa Giê-su Christ. Chính vì khi nghe những Cơ Đốc Nhân công bố rằng Chúa Giê-su bị đóng đinh là Con của Đức Chúa Trời và là Đấng Cứu Thế và rằng Chúa Giê-su đã sống lại vào ngày thứ ba sau khi chôn, Sau-lơ xem những sự ấy ngang hàng với sự báng bổ chống nghịch lại chính Đức Chúa Trời.

Sau-lơ cho rằng những môn đệ của Chúa Giê-su Christ đã tạo ra một mối đe dọa đối với đạo Do thái nặng hình thức mà ông

I-sơ-ra-ên: Tuyển Dân Của Đức Chúa Trời

đã đem hết lòng nhiệt thành tin theo. Vì vậy, Sau-lơ đã ngược đãi một cách không thương tiếc và phá diệt hội thánh và là kẻ đứng đầu trong việc bắt bớ những tín đồ của Chúa Giê-su Christ.

Ông đã cầm tù rất nhiều Cơ Đốc Nhân và chống đối họ cách quyết liệt. Ông cũng trừng phạt những tín đồ trong hết thảy các hội đạo Do thái, ở đây ông tìm cách buộc họ phỉ báng Chúa Giê-su Christ, và tiếp tục truy bắt họ thậm chí đến những tỉnh thành ngoại bang.

Sau đó Sau-lơ đã trải qua một kinh nghiệm khác thường khiến cuộc đời ông thay đổi một cách hoàn toàn. Trên đường đến Đa-mách, thình lình có ánh sáng từ trời rực sáng quanh ông.

"Hỡi Sau-lơ, Sau-lơ, sao ngươi bắt bớ Ta?"
"Thưa Chúa, Ngài là ai?"
"Ta là Giê-su mà ngươi bắt bớ."

Sau-lơ đứng dậy khỏi đất, song người chẳng nhìn thấy chi cả; người ta đưa ông đến thành Đa-mách. Ông ở đó trong ba ngày chẳng nhìn thấy gì. Ông chẳng hề ăn hoặc uống. Sau sự việc nầy, Chúa xuất hiện trong sự hiện thấy đối một môn đệ tên là A-na-nia.

Hãy chờ dạy đi lên đường gọi là đường Ngay-thẳng, tìm tên Sau-lơ, người Tạt-sơ, nhà ở Giu-đa; vì người đương cầu nguyện, và đã thấy một người, tên là A-na-nia, bước vào đặt tay lên mình, để cho người được sáng mắt lại ...Hãy đi, vì ta đã chọn người nầy làm một

đồ dùng ta, để đem danh ta đồn ra trước mặt các dân
ngoại, các vua, và con cái I-sơ-ra-ên; ta lại sẽ tỏ cho
người biết phải chịu đau đớn vì danh ta là bao nả (Công
Vụ 9:11-12,15-16).

Khi A-na-nia đặt tay cầu nguyện cho Sau-lơ, tức thì có cái gì từ mắt người rơi ra như những cái vảy và người có thể nhìn thấy được. Sau khi gặp Chúa, Sau-lơ đã nhận biết được tội lỗi mình, và đã đặt lại tên mình là "Phao-lô," có nghĩa là "một con người nhỏ bé." Từ đó, Phao-lô dạn dĩ rao giảng Đức Chúa Trời hằng sống và phúc âm của Đấng Christ cho Dân Ngoại.

Hỡi anh em, tôi nói cho anh em rằng, Tin lành mà
tôi đã truyền, chẳng phải đến từ loài người đâu; vì tôi
không nhận và cũng không học Tin lành đó với một
người nào, nhưng đã nhận lấy bởi sự tỏ ra của Đức
Chúa Giê-su Christ. Vả, anh em đã nghe lúc trước tôi
theo giáo Giu-đa, cách cư xử của tôi là thể nào, tôi bắt
bớ và phá tán Hội thánh của Đức Chúa Trời quá chừng;
tôi tấn tới trong giáo Giu-đa hơn nhiều người cùng
tuổi cùng nước với tôi, tôi là người sốt sắng quá đỗi về
cựu truyền của tổ phụ tôi. Nhưng khi Đức Chúa Trời là
Đấng đã để riêng tôi ra từ lúc còn trong lòng mẹ, và lấy
ân điển gọi tôi, vui lòng bày tỏ Con của Ngài ra trong
tôi, hầu cho tôi rao truyền Con đó ra trong người ngoại
đạo, thì lập tức tôi chẳng bàn với thịt và máu. Tôi cũng
không lên thành Giê-ru-sa-lem, đến cùng những người

đã làm sứ đồ trước tôi, song tôi đi qua xứ A-ra-bi, rồi
sau trở về thành Đa-mách (Ga-la-ti 1:11-17).

Thậm Chí sau khi gặp Chúa Giê-su Christ và rao giảng phúc âm, Phao-lô đã chịu đủ thứ đau đớn không tả xiết. Phao-lô chỉ thấy mình càng khó nhọc hơn, càng bị tù tội nhiều hơn, bị đánh đập không biết bao nhiêu lần, thường xuyên phải đối mặt với sự chết, trải qua nhiều đêm không ngủ, chịu đói khác, thường khi phải nhịn ăn, chịu lạnh và lõa lồ (2 Cô-rinh-tô 11:23-27). Với thân thể, quyền lực, học thức, và sự khôn ngoan của mình, ông dễ dàng có thể có một cuộc sống phồn vinh và thỏa mái, nhưng Phao-lô đã từ bỏ hết mọi sự và dâng hết mọi thứ ông có lên cho Chúa.

Vì tôi là rất hèn mọn trong các sứ đồ, bởi tôi đã bắt bớ
Hội thánh của Đức Chúa Trời. Nhưng tôi nay là người
thể nào, là nhờ ơn Đức Chúa Trời, và ơn Ngài ban cho
tôi cũng không phải là uổng vậy, Trái lại, tôi đã làm
nhiều việc hơn những người khác, nhưng nào phải tôi,
bèn là ơn Đức Chúa Trời đã ở cùng tôi (1 Cô-rinh-tô
15:9-10).

Phao-lô đã có thể dạn dĩ xưng nhận điều nầy vì người đã trải qua kinh nghiệm sống động của sự gặp gỡ Chúa Giê-su Christ. Chúa không những chỉ gặp Phao-lô trên đường đến Đa-mách mà còn khẳng định sự ở cùng của Ngài với Phao-lô qua việc bày tỏ nhiều công việc kỳ diệu và quyền năng.

Đức Chúa Trời đã tỏ nhiều phép lạ bởi tay của Phao-lô, hầu cho những chiếc khăn tay và tạp dề từ ông mang đến người bệnh, khiến bệnh tật lìa khỏi họ cùng nhiều ác linh xuất khỏi. Phao-lô cũng đã đem sự sống trở lại với một người có tên là Ơ-tích khi anh ta bị rơi từ lầu ba và tắt thở. Khiến một người người chết sống lại là điều không thể nếu không có quyền năng Đức Chúa Trời.

Cựu Ước có kể rằng Tiên Tri Ê-li đã đem sự sống trở lại cho con trai của một bà góa tại Xa-rê-phát, và Tiên Tri Ê-li-sê đã làm sống lại một cậu bé của một người nữ nổi tiếng tại Su-nêm. Như trước giả của Thi Thiên trong Thi Thiên 62:11 có chép, *"Đức Chúa Trời có phán một lần, tôi nghe sự nầy hai lần, rằng sự quyền năng thuộc về Đức Chúa Trời,"* Quyền năng Đức Chúa Trời được ban cho các thánh đồ.

Trong ba cuộc hành trình sứ mạng của mình, Phao-lô đã thiết lập nền móng để rao truyền phúc âm của Chúa Giê-su Christ đến với hết thảy các quốc gia bằng cách xây dựng hội thánh tại nhiều nơi ở Châu Á, Châu Âu, kể cả Tiểu Á và Grit. Nhờ vậy con đường được mở ra để qua đó phúc âm của Chúa Giê-su Christ được rao truyền đến khắp đầu cùng đất và sẽ có vô số linh hồn được cứu.

Phi-e-rơ Bày Tỏ Quyền Phép Lớn Lao Và Cứu Vô Số Linh Hồn

Chúng ta có thể nói gì về Phi-e-rơ là người đã tập trung nỗ lực truyền bá phúc âm cho người Do thái? Trước khi gặp Chúa

I-sơ-ra-ên: Tuyển Dân Của Đức Chúa Trời

Giê-su, ông là một dân chài bình thường, nhưng sau khi được Chúa kêu gọi và trực tiếp chứng kiến những sự kỳ diệu mà Chúa Giê-su đã làm, Phi-e-rơ trở thành một môn đệ hàng đầu của Ngài.

Khi Phi-e-rơ chứng kiến những công việc quyền phép mà không một con người nào có thể làm theo được, kể cả người mù được sáng, người què được đứng lên, người chết sống lại. Nhìn thấy Chúa Giê-su làm những việc lành, phục hồi những thiếu sót và quá phạm của con người, Phi-e-rơ đã có thể tin, "Ngài quả thật là con của Đức Chúa Trời." Trong Ma-thi-ơ 16 chúng ta có thể thấy sự xưng nhận nầy.

Đức Chúa Giê-su hỏi các môn đệ, *"Còn các ngươi thì xưng ta là ai?"* (c. 15) Phi-e-rơ thưa rằng, *"Chúa là Đấng Christ, con của Đức Chúa Trời hằng sống"* (c. 16).

Sau đó có một sự việc không thể lường được đã xảy đến với Phi-e-rơ là người đã có thể nói ra một sự xưng nhận dạn dĩ như trên. Thậm chí vào bữa ăn tối cuối cùng, Phi-e-rơ đã xưng nhận cùng Chúa Giê-su rằng, *"Dầu mọi người vấp phạm vì cớ thầy, song tôi chắc không bao giờ vấp phạm vậy"* (Ma-thi-ơ 26:33). Nhưng trong đêm Chúa Giê-su chịu bắt và đóng đinh, Phi-e-rơ vì sợ chết mà đã chối rằng mình không biết Chúa Giê-su đến ba lần.

Sau khi Chúa Giê-su sống lại và thăng thiên, Phi-e-rơ nhận lãnh Thánh Linh và được biến đổi một cách kỳ diệu. Người đã dành hết thời gian cuộc sống mình cho việc rao truyền phúc âm của Đấng Christ mà chẳng hề sợ chết nữa. Khi người dạn dĩ làm chứng về chúa Giê-su Christ, một ngày có 3000 người ăn năn và chịu phép báp têm. Thậm chí trước mặt những nhà lãnh đạo Do thái là những người ngăm dọa lấy mạng sống người, ông vẫn dạn dĩ công bố rằng Giê-su Christ là Chúa và là Đấng Cứu Thế.

Hãy hối cải, ai nấy phải nhân danh Đức Chúa Giê-su chịu phép báp têm, để được tha tội mình, rồi sẽ được lãnh sự ban cho của Đức Thánh Linh. Vì lời hứa thuộc về các ngươi, con cái các ngươi, và thuộc về hết thảy mọi người ở xa, tức là bao nhiêu người mà Chúa là Đức Chúa Trời của chúng ta sẽ kêu gọi (Công Vụ 2:38-39).

Giê-su nầy là hòn đá bị các ông xây nhà bỏ ra, rồi trở nên hòn đá góc nhà. Chẳng có sự cứu rỗi trong đấng nào khác; vì ở dưới trời, chẳng có danh nào khác ban cho loài người, để chúng ta nhờ đó mà được cứu (Công Vụ 4:11-12).

Phi-e-rơ đã bày tỏ quyền năng Đức Chúa Trời qua việc thực hiện rất nhiều dấu kỳ và phép lạ. Tại Li-đa, Phi-e-rơ chữa lành một người bị bại liệt đã tám năm, và tại nơi gần Giô-ba, người đã đem sự sống trở lại cho Tạt-bê-tha người đã ngã bệnh và chết. Phi-e-rơ cũng khiến người què đứng dậy và bước đi, chữa lành đủ thứ bệnh tật, và đuổi nhiều quỉ.

Quyền năng Đức Chúa Trời cặp theo Phi-e-rơ đến mức thậm chí người ta mang người bệnh ra đường, cho nằm trên giường hoặc trên chõng, để khi phi-e-rơ đi ngang qua, bóng của người ít nữa cũng che được một vài người (Công Vụ 5:15).

I-sơ-ra-ên: Tuyển Dân Của Đức Chúa Trời

Thêm vào đó, Đức Chúa Trời bày tỏ cùng Phi-e-rơ qua nhiều sự hiện thấy rằng phúc âm cứu rỗi phải được mang đến cho Dân Ngoại. Một ngày nọ, khi Phi-e-rơ leo lên mái nhà để cầu nguyện, người thấy đói và thèm ăn; khi người ta đương dọn cho ăn, thì người bị ngất trí đi. Người thấy trời mở ra, và có vật chi giống một bức khăn lớn níu bốn chéo lên, giáng xuống và sa đến đất. Thấy trong đó có những thú bốn cẳng, đủ mọi loài, côn trùng bò trên đất và chim trên trời (Công Vụ 10:9-12). Sau đó Phi-e-rơ nghe có tiếng phán.

Tiếng phán ấy đến cùng Phi-e-rơ. *"Hỡi Phi-e-rơ, hãy dậy, hãy dậy làm thịt và ăn!"* (c. 13) Song Ph-e-rơ thưa rằng: *"Lạy Chúa, chẳng vậy, vì tôi chẳng ăn giống gì dơ dáy chẳng sạch bao giờ"* (c. 14). Tiếng đó lại phán cùng người lần thứ hai rằng, *"Phàm vật chi Đức Chúa Trời đã làm cho sạch, thì chớ cầm bằng dơ dáy"* (c. 15).

Lời nầy lặp lại ba lần, rồi vật ấy liền bị thâu lên trên trời. Phi-e-rơ không thể hiểu nổi tại sao Đức Chúa Trời truyền lệnh cho người đem ăn những thứ được coi là "chẳng sạch" bởi luật pháp Môi-se. Trong khi Phi-e-rơ đương ngẫm nghĩ về sự hiện thấy, thì Đức Thán Linh phán cùng người rằng, *"Kìa, có ba người đang tìm ngươi. Vậy, hãy đứng dậy xuống mà đi với họ, chớ hồ nghi, vì ta đã sai họ đó"* (Công Vụ 10:19-20). Có ba người được Người Ngoại là Cọt-nây sai đến nhà Phi-e-rơ để tìm người. Qua sự hiện thấy nầy, Đức Chúa Trời đã bày tỏ cho Phi-e-rơ về sự nhân từ của Ngài phải được rao truyền thậm chí đến Dân Ngoại, và đã thúc giục Phi-e-rơ rao truyền phúc âm của Chúa Giê-su Christ đến cho họ. Phi-e-rơ đầy lòng biết ơn Chúa là

Đấng yêu thương mình cho đến cuối cùng và đã ủy thác cho ông một nhiệm vụ thiêng liêng với tư cách là môn đệ Ngài, cho dù người đã chối Ngài đến ba lần song người đã không tiết mạng sống mình trong việc đưa dẫn vô số những linh hồn đến với con đường cứu rỗi, và tử vì đạo.

Sứ Đồ Giăng Tiên Tri về Những Ngày Sau Rốt bởi Sự Khải Thị của Chúa Giê-su Christ

Giăng trước đây là một dân chài tại Ga-li-lê, nhưng sau khi được Chúa Giê-su kêu gọi Giăng luôn đi theo Ngài, mục kích nhiều sự bày tỏ về dấu kỳ phép lạ của Ngài. Giăng mục kích Chúa Giê-su hóa nước thành rượu tại tiệc cưới ở Ca-na, chữa lành vô số những người bệnh trong số đó có một người đã bệnh ba mươi tám năm, đuổi quỉ ra khỏi nhiều người, và mở mắt cho người mù. Giăng đồng thời còn mục kích Chúa Giê-su bước đi trên mặt nước và đem sự sống trở lại cho La-xa-rơ người đã chết bốn ngày.

Giăng đi theo Chúa Giê-su khi Ngài hóa hình (mặt Ngài chiếu sáng như mặt trời, còn quần áo Ngài thì trở nên trắng như ánh sáng) và trò chuyện cùng Môi-se và Ê-li trên Núi Hóa Hình. Ngay cả khi Chúa Giê-su trút hơi thở cuối cùng trên cây thập tự, Giăng nghe Chúa Giê-su nói cùng Nữ Đồng Trinh Ma-ry và người rằng: *"Thưa bà, nầy, là con của bà!"* (Giăng 19:26), và *"Nầy, là mẹ ngươi!"* (Giăng 19:27)

Với những lời cuối cùng trên thập tự giá nầy của Chúa Giê-su, theo cách nói thuộc thể, đã yên ủi tấm lòng Ma-ry là kẻ đã sinh hạ nuôi dưỡng Người, song theo cách hiểu thuộc linh, Ngài đã

I-sơ-ra-ên: Tuyển Dân Của Đức Chúa Trời

công bố đến toàn nhân loại rằng hết thảy tín hữu đều là anh chị em, và đều là mẹ.

Chúa Giê-su chẳng hề để cập đến Ma-ry với tư cách là mẹ Ngài. Vì Chúa Giê-su là Con của Đức Chúa Trời và thực chất Ngài chính là Đức Chúa Trời, không ai có thể sinh ra Ngài và Ngài không thể có một người mẹ. Lý do Chúa Giê-su bảo cùng Giăng, "Nầy, là mẹ ngươi!" là để Giăng phụng sự Ma-ry như mẹ mình. Từ lúc đó Giăng đã đưa Ma-ry về nhà mình và phụng sự người như mẹ ruột.

Sau khi Chú Giê-su phục sinh và thăng thiên, người cùng những sứ đồ khác sốt sắng rao truyền phúc âm của Đấng Christ bất chấp nhiều mối đe dọa liên tục của người Do thái. Qua sự truyền giảng phúc âm cách nhiệt thành của họ, Hội Thánh Đầu Tiên đã kinh nghiệm được sự phục hưng ngoạn mục, nhưng cùng lúc ấy nhiều sứ đồ liên tục bị bắt bớ.

Sứ Đồ Giăng bị tra khảo trước Hội Đồng Do thái sau đó người bị Hoàng Đế La-mã Đô-mi-tân đem nhúng vào vạc dầu sôi. Nhưng bởi sự tiên liệu và quyền phép của Đức Chúa Trời, người chẳng hề hấn gì, rồi Hoàng Đế đày người đến đảo Bát-mô Hi-lạp thuộc Địa Trung Hải. Ở đây, Giăng trò chuyện cùng Đức Chúa Trời trong sự cầu nguyện, và bởi sự soi dẫn của Đức Thánh Linh cùng sự hướng dẫn của các thiên sứ, người đã nhìn thấy nhiều sự hiện thấy sâu nhiệm và đã ghi lại những khải thị của Đức Chúa Giê-su Christ.

Sự mặc thị của Đức Chúa Giê-su Christ mà Đức Chúa Trời đã ban cho Ngài đặng đem tỏ ra cùng tôi tớ

Ngài những điều kíp phải xảy đến, thì Ngài đã sai thiên sứ đến tỏ những điều đó cho Giăng tôi tớ Ngài (Khải Huyền 1:1).

Trong sự soi dẫn của Đức Thánh Linh, Sứ Đồ Giăng đã chép lại cụ thể về những sự sẽ xảy đến trong những ngày sau cuối hầu cho hết thảy mọi người đều tin nhận Chúa Giê-su làm Cứu Chúa mình và sửa soạn bản thân để đón tiếp Ngài là Vua trên muôn vua, Chúa trên muôn chúa vào lúc sự Hiện Đến Lần Hai của Ngài xảy đến.

Những Thành Viên Hội Thánh Đầu Tiên Giữ Vững Đức Tin Mình

Khi Chúa Giê-su sống lại và thăng thiên về trời, Ngài hứa cùng các môn đệ rằng, Ngài sẽ trở lại y như cách mà họ nhìn thấy Ngài về trời vậy.

Vô số những người chứng kiến sự sống lại và về trời của Đức Chúa Giê-su đã nhận ra rằng họ cũng sẽ có thể sống lại và không sợ hãi sự chết nữa. Ấy là cách họ có thể sống như những nhân chứng của Ngài trước sự đe dọa, áp bức của những kẻ cầm quyền ở thế gian và sự bắt bớ mà họ thường phải trả giá bằng chính mạng sống mình. Không chỉ những môn đệ của Chúa Giê-su là những người hầu việc Ngài trong lúc thi hành chức vụ trước công chúng mà còn vô số những người khác đã bị làm mồi cho sư tử tại Hí Trường La-mã, bị chặt đầu, bị đóng đinh, và bị đốt trong lửa. Dầu vậy, tất cả họ đều giữ vững đức tin nơi Đức Chúa

Giê-su Christ.

Khi sự bắt bớ tăng lên dữ dội, những thành viên của Hội Thánh Đầu Tiên phải trốn trong các hầm mộ trong thành La-mã, được biết đến là "những nơi chôn người chết dưới lòng đất." Cuộc sống của họ thật khốn khổ; như thể họ thật sự chẳng phải còn đang sống nữa. Dầu vậy, vì cớ hết lòng yêu mến Chúa, họ chẳng hề sợ hãi bất kỳ gian nan thử thách hay đau khổ nào.

Trước khi đạo Cơ Đốc được chính thức thừa nhận tại La-mã, sự áp bức chống lại Cơ Đốc Nhân thật khốc liệt và tàn nhẫn đến mức không tả nổi. Những Cơ Đốc Nhân bị tước đoạt quyền công dân, Kinh Thánh và hội thánh bị thiêu đốt trong lửa, những người lãnh đạo hội thánh và nhân sự đều bị bắt, bị tra khảo tàn nhẫn và bị hành quyết.

Bô-li-cáp ở hội thánh Siệc-nơ thuộc Tiểu Á có mối quan hệ cá nhân với Sứ Đồ Giăng. Bô-li-cáp là một giám mục sốt sắng. Khi ông bị những nhà cầm quyền La-mã bắt giữ, trước mặt thống đốc, ông chẳng hề chối bỏ đức tin của mình.

"Ta không muốn ruồng bỏ ngươi. Hãy truyền lệnh hạ sát những Cơ Đốc Nhân ấy thì ta sẽ thả ngươi. Hãy nguyền rủa Đấng Christ!"

"Trong sáu mươi năm tôi làm đầy tớ Ngài, Người chẳng làm điều gì sai trật. Làm sao tôi có thể phỉ báng Vua là Đấng đã cứu mình?"

Chúng cố đem thiêu sống người, song không thành, Bô-li-cáp vị giám mục của Siệc-nơ đã tuẫn đạo sau khi bị đâm cho đến chết. Khi nhiều Cơ Đốc Nhân khác chứng kiến và nghe về đức tin cùng sự tuẫn đạo của ông, họ bắt đầu hiểu thấu được lòng trắc ẩn của Chúa Giê-su càng hơn, và tự chọn cho mình con đường đường tuẫn đạo.

Hỡi người I-sơ-ra-ên, hãy cẩn thận về điều các ngươi sẽ xử với những người nầy. Trước đây Thêu-đa dấy lên, xưng mình là kẻ tôn trọng, có độ bốn trăm người theo hắn: Hắn, và cả thảy những kẻ theo hắn đều tan lạc, rút lại chẳng qua là hư không. Kế hắn thì có Giu-đa, người Ga-li-lê, dấy lên, về thời kỳ tu sổ dân, rủ nhiều người theo mình; nhưng rồi cũng chết, bao nhiêu kẻ theo phải tan tành. Nay ta khuyên các ngươi: hãy lánh xa những người đó, để mặc họ đi. Vì nếu mưu luận và công cuộc nầy ra bởi người ta, thì sẽ tự hư đi; nhưng nếu bởi Đức Chúa Trời ra, thì các ngươi phá diệt những người đó chẳng nổi, và lại là liều mình đánh giặc cùng Đức Chúa Trời (Công Vụ 5:35-39).

Như Ga-ma-li-ên là một người nổi danh đã thúc giục và nhắc nhở người I-sơ-ra-ên như trên, phúc âm của Đức Chúa Giê-su Christ là Đấng ra từ chính Đức Chúa Trời không thể bị đánh đổ. Cuối cùng, vào năm 313 sau Chúa, Hoàng Đế Công-tân-tin thừa nhận Đạo Cơ Đốc là một tôn giáo chính thức của đế chế mình và phúc âm của Đức Chúa Giê-su Christ bắt đầu được rao giảng đến toàn thế giới.

Lời Chứng về Chúa Giê-su Được Ghi Nhận trong Tường Trình của Phi-Lát

Trong những tài liệu lịch sử từ các thời đại của Đế Chế La-mã, có một bản viết tay nói về sự sống lại của Đức Chúa Giê-su do chính Bôn-tê Phi-lát Thống Đốc Tỉnh Giu-đa của La-mã viết gởi đến Hoàng Đế. Sau đây là một đoạn trích nói về sự kiện sống lại của Đức Chúa Giê-su từ "Tường Trình Của Phi-Lát Gởi Đến Xê-Sa Về Sự Bắt Giữ, Xét Xử, Và Đóng Đinh Giê-su," hiện đang lưu giữ tại Ha-gia Sô-phi-a ở I-sơ-tân-bun, Thổ-nhĩ-kỳ:

Một vài ngày sau khi ngôi mộ được tìm thấy trống không, những môn đệ của người đã công bố trên toàn lãnh thổ rằng Giê-su đã sống lại từ cõi chết, như Ngài đã nói trước. Điều nầy đã sinh ra kích động dữ dội hơn cả sự đóng đinh. Sự thật về điều nầy tôi không thể nói chắc chắn, song tôi đã cho mở vài cuộc điều tra về sự ấy, ngõ hầu ông có thể tự mình xem xét, để biết rõ tôi có sai lầm như Hê-rốt mô tả chăng.

Giô-sép chôn cất Giê-su trong ngôi mộ của mình. Tôi không thể biết được là ông ta đã nghĩ đến chuyện sống lại của Ngài hay tính đến việc làm cho mình một cái khác. Sau ngày người được chôn cất, có một trong số các thầy tế lễ đến nơi pháp quan mà thưa rằng họ e sợ các môn đệ của người sẽ cố ý đến lấy xác Giê-su mà giấu đi, rồi loan tin rằng người đã sống lại từ cõi chết, như Người đã nói trước, và ấy là điều mà họ đã hoàn toàn tin chắc.

Tôi phái ông ta đến gặp nguyên soái cận vệ hoàng gia (Ma-cúc) để tùy theo nhu cầu mà nhận lấy binh lính Do thái để bố trí chung quanh ngôi mộ; vậy nếu có điều gì xảy ra thì họ tự chịu lấy mà không đổ lỗi cho các nhà chức trách La-mã.

Khi sự kích động dữ dội về ngôi mộ trống dấy lên, tôi cảm thấy lo lắng hơn bao giờ hết. Tôi đã cho mời người I-sơ-lam nầy đến, người có quan hệ gần gũi với tôi như tôi có thể nhớ đến những tình huống sau. Họ nhìn thấy một ngọn đèn dịu dàng và xinh đẹp trên ngôi mộ. Thoạt tiên ông ta nghĩ rằng ấy là những người nữ đã đến xức dầu cho xác Chúa Giê-su, theo như phong tục của họ, nhưng ông ta không thể hiểu làm sao họ có thể vượt qua được những người lính canh. Trong khi những suy nghĩ ấy đi ngang qua tâm trí mình, thì toàn bộ nơi đó bỗng sáng rực lên rồi ở đó dường như có những đám đông người chết trong những vải liệm của mình.

Tất cả như reo hò tràn ngập trong hạnh phúc, trong khi đó hết thảy vùng chung quanh và bên trên ngân vang

I-sơ-ra-ên: Tuyển Dân Của Đức Chúa Trời

những tiếng nhạc tuyệt vời mà ông chưa từng nghe, toàn bộ không trung như chìm trong tiếng ngợi khen Đức Chúa Trời. Lúc bấy giờ trái đất như đang quay cuồng và choáng váng đến mức ông phát ốm và ngất đi, ông không thể đứng lên được. Ông nói rằng trái đất dường như chao đảo dưới chân mình, rồi ông bất tỉnh, nên chẳng biết điều gì vừa mới xảy ra.

Như có chép trong Ma-thi-ơ 27:51-53, *"Đất rúng động và màn trong đền thờ bị xé ra làm hai từ trên chí dưới. Đá lớn bể ra, mồ mả mở ra, và nhiều thây của các thánh qua đời được sống lại. Sau khi Đức Chúa Giê-su đã sống lại, các thánh đó ra khỏi mồ mả, đi vào thành thánh, và hiện ra cho nhiều người thấy,"* những lính canh của quân đội La-mã đã đưa ra lời chứng đúng như vậy.

Sau khi ghi lại những lời chứng từ những lính canh của quân đội La-mã là những người đã mục kích hiện tượng siêu nhiên nầy, Phi-lát nhận xét trong phần cuối bản tường trình của mình rằng, "Tôi phải nói: Quả thật, người nầy là Con của Đức Chúa Trời."

Vô Số Những Lời Chứng về Đức Chúa Giê-su Christ

Không chỉ các môn đệ của Đức Chúa Giê-su là những kẻ hầu việc Chúa trong lúc Ngài thi hành chức vụ với công chúng đã làm chứng về phúc âm của Đức Chúa Giê-su Christ. Như Ngài đã phán trong Giăng 14:13, *"Các ngươi nhân danh ta mà cầu xin điều chi mặc dầu, ta sẽ làm cho, để Cha được sáng danh nơi con,"* có vô số những lời chứng từ những người đã được Đức Chúa Trời nhậm lời cầu nguyện và đã làm chứng về Đức Chúa Trời hằng sống cùng Đức Chúa Giê-su Christ từ khi Ngài sống lại và thăng thiên về trời.

Nhưng khi Đức Thánh Linh giáng trên các ngươi, thì các ngươi sẽ nhận lấy quyền phép, và làm chứng về ta tại thành Giê-ru-sa-lem, cả xứ Giu-đê, xứ Xa-ma-ri, cho đến cùng trái đất (Công Vụ 1:8).

Chính tôi là kẻ đã tin nhận Chúa sau khi được chữa lành hoàn toàn mọi bệnh tật bởi quyền phép Đức Chúa Trời, những bệnh tật mà thuốc men của khoa học đã hoàn toàn không còn hy vọng gì cứu chữa được. Sau đó tôi được xức dầu để trở thành đầy tớ Đức Chúa Giê-su Christ và đã rao giảng phúc âm đến mọi dân tộc và bày tỏ nhiều dấu kỳ và phép lạ.

Như lời đã hứa trong câu trên, nhiều người đã trở thành con cái Đức Chúa Trời qua việc nhận lãnh Đức Thánh Linh và tận hiến đời mình cho việc rao giảng phúc âm của Đức Chúa Giê-su Christ bởi quyền năng của Đức Thánh Linh. Ấy là cách phúc âm đã được rao truyền ra khắp đất và ngày nay vô số người đã gặp được Đức Chúa Trời hằng sống và tin nhận Đức Chúa Giê-su Christ.

Hãy đi khắp thế gian giảng tin lành cho mọi người.
Ai tin và chịu phép báp têm, sẽ được rỗi; nhưng ai chẳng

I-sơ-ra-ên: Tuyển Dân Của Đức Chúa Trời

tin sẽ bị đoán phạt. *Vậy những kẻ tin sẽ được các dấu lạ nầy: Lấy danh ta mà trừ quỉ, dùng tiếng mới mà nói; bắt rắn trong tay, nếu uống giống chi độc, cũng chẳng hại gì; hễ đặt tay lên kẻ đau, thì kẻ đau sẽ lành* (Mác 16:15-18).

Pyhän Haudan kirkko Golgatalla, Calvaryn kukkulalla Jerusalemissa

Chương 2

Đấng Cứu Thế Được Đức Chúa Trời Sai Đến

Lời Hứa Của Đức Chúa Trời về Đấng Cứu Thế

I-sơ-ra-ên đã thường mất chủ quyền và phải chịu thống khổ bởi giặc ngoại xâm và sự cai trị của Bê-si-a và La-mã. Qua các tiên tri của Ngài, Đức Chúa Trời đã có rất nhiều lời hứa về Đấng Cứu Thế là Đấng đã đến làm Vua I-sơ-ra-ên. Chẳng có nguồn hy vọng nào lớn dành cho dân tộc I-sơ-ra-ên đau khổ hơn là lời hứa của Đức Chúa Trời về Đấng Cứu Thế.

Vì một con trẻ sanh cho chúng ta, tức là một con trai ban cho chúng ta; quyền cai trị nấy trên vai Ngài. Ngài sẽ được xưng là Đấng Lạ-lùng, là Đấng Mưu Luận, là Đức Chúa Trời Quyền-năng, là Cha Đời đời, là Chúa Bình an. Quyền cai trị và sự bình an của Ngài cứ thêm mãi không thôi, ở trên ngôi Đa-vít và trên nước Ngài, đặng làm cho nước bền vững, và lập lên trong sự chánh trực công bình, từ nay cho đến đời đời. Thật lòng sốt sắng của Đức Giê-hô-va vạn quân sẽ làm nên sự ấy! (Ê-sai 9:6-7)

"Đức Giê-hô-va vạn quân phán: Nầy, những ngày đến, bấy giờ ta sẽ dấy lên cho Đa-vít một nhánh công bình. Ngài sẽ cai trị làm vua, lấy cách khôn ngoan mà

Đấng Cứu Thế Được Đức Chúa Trời Sai Đến

ăn ở, làm một sự chánh trực công bình trên đất. Đương đời vương đó, Giu-đa sẽ được cứu; I-sơ-ra-ên sẽ ở yên ổn, và người sẽ xưng danh Đấng ấy là: Đức Giê-hô-va sự công bình chúng ta!" (Giê-rê-mi 23:5-6)

Hỡi con gái Si-ôn, hãy mừng rỡ cả thể! Hỡi con gái Giê-ru-sa-lem, hãy trổi tiếng reo vui! Nầy Vua ngươi đến cùng ngươi, Ngài là công bình và ban sự cứu rỗi, nhu mì mà cỡi lừa, tức là con của lừa cái. Ta sẽ trừ tiệt xe cộ khỏi Ép-ra-im, và ngựa khỏi Giê-ru-sa-lem; cung của chiến trận cũng sẽ bị trừ tiệt, và Ngài sẽ phán sự bình an cho các nước, quyền thế Ngài sẽ trải từ biển nầy đến biển kia, từ sông cái cho đến các đầu cùng đất (Xa-cha-ri 9:9-10).

I-sơ-ra-ên vẫn không thôi chờ đợi Đấng Cứu Thế mình cho đến ngày nay. Điều gì đang trì hoãn sự hiện đến của Đấng Cứu Thế như đã được tiên liệu mà I-sơ-ra-ên đang nóng lòng chờ đợi? Nhiều người Do thái tìm kiếm câu trả lời cho vấn để nầy, song câu trả lời đã được tìm thấy trong thực tế mà họ không biết rằng Đấng Cứu Thế đã đến rồi.

Chúa Cứu Thế Giê-su Chịu Thống Khổ Như Đã Được Tiên Tri Bởi Ê-sai

Đấng Cứu Thế mà Đức Chúa Trời đã hứa cùng I-sơ-ra-ên và quả thật đã được sai đến rồi, chính là Chúa Giê-su. Ngài được sinh hạ tại Bết-lê-hem xứ Giu-đa khoảng hai ngàn năm trước, rồi khi đến kỳ đã định, Chúa Giê-su đã chịu chết trên thập tự giá, đã sống lại, và mở đường cứu rỗi cho toàn nhân loại. Dầu vậy, người Do thái lúc bấy giờ chẳng thừa nhận Chúa Giê-su là Chúa Cứu Thế mà họ hằng mong đợi. Chính là vì Chúa Giê-su hoàn toàn khác với chân dung Đấng Cứu Thế mà họ trông chờ.

Người Do thái trở nên mệt mỏi vì các thời kỳ thực dân cai trị kéo dài, họ mong đợi một Đấng Cứu Thế uy quyền đến giải cứu mình khỏi sự xung đột về chính trị. Họ tưởng rằng Đấng Cứu Thế sẽ đến làm Vua của I-sơ-ra-ên, kết liễu mọi cuộc chiến, giải cứu họ ra khỏi ngược đãi và áp bức, mang lại cho họ một nền hòa bình thật sự, đưa họ lên trên hết thảy mọi quốc gia.

Song, Chúa Giê-su đã không đến thế gian nầy trong sự huy hoàng và oai vệ thích hợp với hoàng gia, mà Ngài được sinh ra với tư cách là con một người thợ mộc nghèo. Thậm chí Ngài chẳng phải đến để giải phóng I-sơ-ra-ên ra khỏi sự áp bức của La-mã, hay phục hồi lại sự vinh hiển trước đây của nó. Ngài đến thế gian nầy để phục hồi nhân loại là những kẻ phải chịu lấy số phận bi đát của sự chết mất vì cớ sự phạm tội của A-đam và khiến họ trở nên con cái của Đức Chúa Trời.

Vì những lý do nầy, người Do thái đã không thừa nhận Chúa Giê-su là Đấng Cứu Thế mà thay vì đóng đinh Ngài. Tuy nhiên, nếu chúng ta học biết chân dung của Đấng Cứu Thế được ghi trong Kinh Thánh, chúng ta chỉ có thể khẳng định thực tế rằng Đấng Cứu Thế chính là Chúa Giê-su.

Đấng Cứu Thế Được Đức Chúa Trời Sai Đến

Người lớn lên trước mặt Ngài như một cái chồi, như cái rễ ra từ đất khô. Người chẳng có sự hình dung chẳng có sự đẹp đẽ; khi chúng ta thấy người, không có sự tốt đẹp cho chúng ta ưa thích được. Người đã bị người ta khinh dể và chán bỏ, từng trải sự buồn bực, biết sự đau ốm, bị khinh như kẻ mà người ta che mặt chẳng thèm xem; chúng ta cũng chẳng coi người ra gì (Ê-sai 53:2-3).

Đức Chúa Trời đã cho người I-sơ-ra-ên biết rằng Đấng Cứu Thế, Vua của I-sơ-ra-ên, sẽ chẳng có hình dáng tốt đẹp để chúng ta ưa thích được nhưng thay vì Ngài bị loài người khinh dể và ruồng bỏ. Người I-sơ-ra-ên vẫn cứ thất bại trong việc nhận biết Chúa Giê-su là Đấng Cứu Thế mà Đức Chúa Trời đã hứa cùng họ.

Ngài đã bị tuyển dân I-sơ-ra-ên, tuyển dân của Đức Chúa Trời khinh miệt, song Đức Chúa Trời đã đặt Đức Chúa Giê-su Christ lên trên hết thảy mọi nước và vô số người cho để ngày nay đã tin nhận Ngài làm Cứu Chúa mình.

Như có chép trong Thi Thiên 118:22-23, *"Hòn đá mà các thợ xaay loại ra, đã trở nên đá góc nhà. Điều ấy là việc của Đức Giê-hô-va, một sự lạ lùng trước mặt chúng tôi,"* sự tiên liệu về công việc cứu rỗi loài người đã được thành tựu nhờ Chúa Giê-su là Đấng đã bị I-sơ-ra-ên ruồng bỏ.

Chúa Giê-su không có tướng mạo của một Đấng Cứu Thế mà I-sơ-ra-ên mong chờ, song chúng ta có thể hiểu rằng Chúa

Giê-su là Đấng Cứu Thế mà Đức Chúa Trời đã báo trước qua các tiên tri của Ngài.

Mọi thứ bao gồm sự vinh hiển, bình an, sự khôi phục, mà Đức Chúa Trời đã hứa với chúng ta qua Đấng Cứu thế liên quan đến lĩnh vực thuộc linh và Chúa Giê-su Đấng đã đến thế gian nầy để hoàn thành sứ mệnh của một Đấng Cứu Thế, Ngài phán rằng, *"Nước của ta chẳng phải thuộc về thế gian nầy"* (Giăng 18:36).

Đấng Cứu Thế mà Đức Chúa Trời đã tiên báo không phải là một vị vua với uy quyền và sự vinh hiển của thế gian. Đấng Cứu Thế không phải đến thế gian để nhờ đó mà con cái Đức Chúa Trời có thể vui hưởng sự giàu có, danh vọng, và sự tôn trọng trong cuộc sống tạm thời của họ ở đời nầy. Ngài đã đến để cứu dân Ngài ra khỏi tội lỗi và dẫn dắt họ đến sự vui hưởng niềm vui và vinh hiển đời đời trong nước thiên đàng vĩnh hằng.

Xảy ra trong ngày đó, rễ Y-sai đứng lên làm cờ cho muôn dân, các nước đều tìm đến Ngài, nơi an nghỉ của Ngài sẽ được vinh hiển (Ê-sai 11:10).

Đấng Cứu Thế theo lời hứa không chỉ được sai đến cho tuyển dân I-sơ-ra-ên mà còn để hoàn thành lời hứa về sự cứu rỗi cho hết thảy những ai tin nhận lời hứa của Đức Chúa Trời về Đấng Cứu Thế bởi đức tin theo gương của tổ phụ đức tin Áp-ra-ham. Tóm lại, Đấng Cứu Thế được sai đến để hoàn thành hứa ngôn về sự cứu rỗi của Đức Chúa Trời với tư cách là Chúa Cứu Thế của mọi nước trên thế gian.

Đấng Cứu Thế Được Đức Chúa Trời Sai Đến

Hết Thảy Nhân Loại Đều Cần Đến Đấng Cứu Thế

Tại sao Đấng Cứu Thế đã phải đến thế gian nầy không chỉ để cứu Tuyển dân I-sơ-ra-ên mà còn cho sự cứu rỗi của toàn nhân loại?

Trong Sáng Thế 1:28, Đức Chúa Trời ban phước cho A-đam và Ê-va mà phán cùng họ rằng, *"Hãy sinh sản, thêm nhiều, làm cho đầy dẫy đất; hãy làm cho đất phục tùng, hãy quản trị loài cá dưới biển, loài chim trên trời cùng các vật sống hành động trên đất."*

Sau khi tạo dựng nên con người đầu tiên là A-đam, và lập người làm chủ muôn loài tạo vật, Đức Chúa Trời trao cho loài người thẩm quyền làm cho "phục tùng" và quản trị trái đất. Nhưng sau khi A-đam ăn trái cây biết điều thiện và điều ác, là thứ mà Đức Chúa Trời đã cấm người, để rồi phải phạm tội bất tuân, sa vào chước cám dỗ bởi sự xúi bẩy của Sa-tan hiện thân thành con rắn, từ đó A-đam không còn vui hưởng thẩm quyền nầy nữa.

Khi vâng phục lời công chính của Đức Chúa Trời, A-đam và Ê-va chịu phục dưới sự công chính và được vui hưởng thẩm quyền mà Đức Chúa Trời đã ban cho, nhưng sau khi phạm tội, từ đó họ trở thành mô lệ của tội lỗi và ma quỉ, và buộc phải từ bỏ thẩm quyền (Rô-ma 6:16). Vậy, hết thảy thẩm quyền mà A-đam đã nhận từ Đức Chúa Trời đã phải trao vào tay ma quỉ.

Trong lu-ca 4, ma quỉ cám đã ba lần dỗ Chúa Giê-su khi Ngài

vừa mới trải qua bốn mươi ngày kiêng ăn. Ma quỉ chỉ cho Chúa Giê-su xem mọi nước trong thế gian mà nói cùng Ngài rằng, *"Ta sẽ cho ngươi hết thảy quyền phép và sự vinh hiển của các nước đó; vì đã giao cho ta hết, ta muốn giao cho ai tùy ý ta. Vậy nếu ngươi sấp mình xuống trước mặt ta, mọi sự đó sẽ thuộc về ngươi cả"* (Lu-ca 4:6-7). Ma quỉ ngụ ý rằng "lãnh địa và sự vinh hiển của nó" đã "giao cho ta" từ A-đam và ma quỉ cũng có thể trao lại sự đó cho người khác.

Thật vậy, A-đam đã đánh mất hết thẩm quyền vì đã trao nó cho ma quỉ. Từ đó đã chất chồng tội lỗi dưới sự kiểm soát của ma quỉ, và bị đặt vào con đường chết, ấy là tiền công của tội lỗi. Điều nầy đã không dừng lại ở A-đam mà còn tiêm nhiễm đến hết thảy hậu tự của người, những kẻ phải kế thừa nguyên tội của A-đam qua sự ảnh hưởng của duy truyền. Họ cũng phải chịu phục dưới quyền của tội lỗi là thứ nằm trong sự tể trị của Sa-tan và bị định trước cho sự chết.

Điều nầy làm sáng tỏ tính cần thiết về sự hiện đến của Đấng Cứu Thế. Không chỉ đối với I-sơ-ra-ên, tuyển dân Đức Chúa Trời, mà hết thảy mọi dân tộc trên thế gian đều cần đến Đấng Cứu Thế để nhờ đó họ có thể được giải cứu ra khỏi quyền lực của Sa-ta và ma quỉ.

Phẩm Chất Của Đấng Cứu Thế

Ở thế gian có nhiều luật lệ, đồng thể ấy, trong lĩnh vực thiêng liêng cũng có nhiều lễ luật và qui tắc. Một người sẽ phải sa vào sự chết hay nhận được sự tha thứ tội mình để bước vào sự cứu rỗi là tùy vào luật lệ của lãnh vự thuộc linh.

Để trở nên Đấng Cứu Thế, người ấy cần phải có những phẩm chất nào để cứu toàn nhân loại ra khỏi sự rủa sả của luật pháp?

Sự tiên liệu liên quan đến những phẩm chất của Đấng Cứu Thế được tìm thấy trong luật pháp mà Đức Chúa Trời ban cho tuyển dân Ngài. Luật pháp liên quan đến sự chuộc lại đất.

Đất không được đoạn mãi; vì đất thuộc về ta, các người ở cùng ta như kẻ khách ngoại bang, và kẻ kiều ngụ.
Trong khắp xứ mà các người sẽ được làm sản nghiệp, hãy cho phép chuộc đất lại. Nếu anh em các người trở nên nghèo, và bán một phần sản nghiệp mình, thì người bà con gần có quyền chuộc lại, phải đến chuộc phần đất anh em người đã bán (Lê-vi Ký 25:23-25).

Luật về sự chuộc lại đất bao hàm những sự kín dấu về những phẩm chất của Đấng Cứu Thế

Đức Chúa Trời tuyển chọn dân I-sơ-ra-ên tuân theo luật pháp. Do đó trong việc thực hiện mua bán đất, họ tôn trọng triệt để luật lệ chuộc lại đất đã ghi trong Kinh Thánh. Không giống luật đất đai ở những quốc gia khác, Luật của I-sơ-ra-ên quy định rõ trong khế ước rằng đất không được bán đoạn mãi mà bèn là được phép chuộc lại về sau nầy. Nó quy định rằng một người bà con giàu có nào đó có thể chuộc lại đất cho người đã bán. Nếu người đó không có bà con đủ giàu để chuộc lại đất, song khi người trở nên đủ khả năng chuộc lại đất đó, luật pháp cho phép nguyên chủ chuộc lại đất của mình.

Vậy, luật chuộc lại đất trong Lê-vi- Ký có liên quan đến những phẩm chất của Đấng Cứu Thế như thế nào?

Để hiểu rõ hơn điều nầy, chúng ta phải nhớ rằng con người được tạo dựng nên từ bụi đất. Trong Sáng Thế 3:19, Đức Chúa Trời phán cùng A-đam rằng, *"Ngươi sẽ làm đổ mồ hôi trán mới có mà ăn, cho đến ngày nào ngươi trở về đất, là nơi mà có ngươi ra; vì ngươi là bụi, ngươi sẽ trở về bụi."* Và trong Sáng Thế 3:23 có chép, *"Giê-hô-va Đức Chúa Trời bèn đuổi loài người ra khỏi vườn Ê-đen đặng cày cấy đất, là nơi có người ra."*

Đức Chúa Trời phán cùng A-đam rằng, *"vì ngươi là bụi,"* và đất có ý nghĩa thuộc linh rằng con người được tạo nên từ bụi đất. Vậy, luật về sự chuộc lại đất liên quan đến việc mua bán đất có liên

Đấng Cứu Thế Được Đức Chúa Trời Sai Đến

quan trực tiếp đến lĩnh vực thuộc linh về luật lệ cứu rỗi nhân loại. Theo luật chuộc lại đất, Đức Chúa Trời làm chủ hết thảy đất đai nên không một ai có thể bán đoạn mãi nó. Đồng thể ấy, tất cả thẩm quyền mà A-đam đã nhận từ Đức Chúa Trời khởi nguyên thuộc về Đức Chúa Trời và không ai có thể bán đoạn mãi được. Nếu người ta trở nên nghèo mà bán đất mình, thì đất đó phải được chuộc lại khi xuất hiện một người thích hợp. Cũng vậy, ma quỉ đã phải trả lại thẩm quyền mà A-đam đã trao cho nó khi có một người có thể chuộc lại thẩm quyền đó xuất hiện.

Dựa trên luật chuộc lại đất, Đức Chúa Trời của tình yêu và công chính đã dự sẵn một người có thể phục hồi lại hết thảy thẩm quyền mà A-đam đã trao cho ma quỉ. Người ấy là Chúa Cứu Thế, chính là Đức Chúa Giê-su Christ là Đấng đã được tiên liệu từ trước vô cùng và đã được chính Đức Chúa Trời sai đến.

Những Phẩm Chất của Đấng Cứu Thế và Sự Đáp Ứng của Đức Chúa Giê-su Christ

Chúng ta hãy xem đến lý do tại sao Đức Chúa Giê-su là Đấng Mê-si-a, Đấng Cứu Thế của toàn nhân loại căn cứ trên luật chuộc lại đất.

Trước hết, người chuộc lại đất phải là một người bà con, Đấng Cứu Thế phải là một con người để cứu chuộc loài người ra khỏi tội lỗi vì hết thảy loài người đều là tội nhân qua tội của con người đầu tiên là A-đam. Lê-vi Ký 25:25 cho chúng ta biết rằng, *"Nếu anh em các ngươi trở nên nghèo, và bán một phần sản nghiệp mình, thì người bà con gần có quyền chuộc lại, phải đến chuộc phần đất anh em người đã bán.*" Nếu một người không còn khả năng để giữ đất mình mà phải bán đi, thì người bà con gần nhất có thể chuộc đất ấy lại. Đồng thể ấy, vì cớ con người đầu tiên đã phạm tội và đánh mất thẩm quyền mà Đức Chúa Trời đã trao cho người vào tay ma quỉ, sự chuộc lại thẩm quyền đã trao tay ma quỉ có thể và phải được làm trọn bởi một người, "người bà con gần nhất" của A-đam.

Như có chép trong 1 Cô-rinh-tô 15:21, "*Vì chưng bởi một người mà có sự chết, thì cũng bởi một người mà có sự sống lại của những kẻ chết,*" Kinh Thánh tái xác nhận với chúng ta rằng sự cứu chuộc tội nhân không thể được cứu chuộc bởi thiên sứ hay thú vật mà chỉ có thể là con người. Loài người bị đặt vào con đường chết vì cớ tội lỗi của A-đam là con người đầu tiên, một ai đó phải cứu chuộc họ ra khỏi tội mình, và chỉ là một người thân, "người bà con gần nhất của A-đam có thể làm việc đó.

Mặc dù Chúa Giê-su có nhân tánh và thần tánh với tư cách là Con của Đức Chúa Trời, Ngài được sinh ra làm người để cứu chuộc nhân loại khỏi tội lỗi mình (Giăng 1:14) và trải qua sự trưởng thành. Là một con người, Chúa Giê-su cũng nghỉ ngơi, cũng cảm thấy đói khát, vui buồn. Khi bị treo trên cây thập tự, Chúa Giê-su đã chịu đổ huyết và đau đớn.

Ngay trong bối cảnh lịch sử có một sự kiện chứng thực rằng Chúa Giê-su đã đến thế gian nầy với tư cách là một con người.

Với dấu ấn về sự ra đời của Chúa Giê-su, lịch sử thế gới được chia đôi: "B.C." và "A.D." "B.C." hay "Before Christ" (Trước Chúa Cứu Thế) nói đến thời đại trước thời kỳ Chúa Giê-su ra đời, và "A.D." or "Anno Domini" (Vào năm của Chúa chúng ta) nói đến thời kỳ từ khi Chúa Giê-su ra đời. Thực tế nầy xác nhận rằng Chúa Giê-su đã đến thế gian nầy như một con người. Do vậy, Chúa Giê-su thỏa mãn được phẩm chất thứ nhất của Đấng Cứu Thế vì Ngài đã đến thế gian nầy với tư cách một con người.

Thứ hai, giống như người chuộc lại đất, nếu là một kẻ nghèo thì anh ta không thể chuộc lại đất được, một hậu tự của A-đam không thể cứu chuộc loài người ra khỏi tội mình vì cớ A-đam phạm tội nên hết thảy hậu tự người đều sinh ra trong nguyên tội. Con người để trở thành Đấng Cứu Rỗi của toàn nhân loại ắt hẳn không thể là hậu tự của A-đam.

Nếu một người anh muốn trả nợ cho em mình, thì chính bản thân người phải là người không mắc nợ. Cũng giống như vậy, một người muốn cứu chuộc những người khác ra khỏi tội họ thì bản thân người đó phải vô tội. Nếu kẻ cứu chuộc là một kẻ tội lỗi, anh ta là nô lệ của tội lỗi, thì làm thể nào anh ta có thể cứu những người khác ra khỏi tội họ?

Sau khi A-đam phạm tội bất tuân, hết thảy hậu tự người đều sinh ra với nguyên tội. Do vậy, Không Thể có một hậu tự nào của A-đam có thể trở thành Đấng Cứu Rỗi được.

Về phương diện xác thịt, Chúa Giê-su là hậu tự của Đa-vít và cha mẹ Ngài là Giô-sép và Ma-ry. Dẫu vậy, Ma-thi-ơ 1:20 cho chúng ta biết rằng, *"Con mà người chịu thai đó là bởi Đức*

Thánh Linh."

Lý do mọi người đều sinh ra với bản tính tội lỗi là vì họ thừa kế thuộc tính tội lỗi qua tinh trùng của người cha và trứng của người mẹ. Song, Chúa Giê-su không phải được hình thành từ tinh trùng của Giô-sép và trứng của Ma-ry mà bèn là bởi quyền phép của Đức Thánh Linh. Vì bà đã thọ thai trước khi hai người ăn ở cùng nhau. Đức Chúa Trời toàn năng đã khiến cho một hài nhi được thai dựng bởi quyền phép của Đức Thánh Linh mà không cần sự phối hiệp của tinh trùng và trứng.

Chúa Giê-su chỉ "mượn" thân thể của trinh nữ Ma-ry. Vì được thai dựng bởi quyền phép của Đức Thánh Linh nên Chúa Giê-su không phải kế thừa thuộc tính của những tội nhân. Vì Chúa Chúa Giê-su không phải là hậu tự của A-đam và không có nguyên tội, nên Ngài cũng thỏa mãn phẩm chất thứ hai của Đấng Cứu Thế.

Thứ ba, vì người chuộc lại đất phải đủ giàu có để chuộc lại, Đấng Cứu Thế của toàn nhân loại phải có quyền phép đánh bại ma quỉ và cứu loài người ra khỏi chúng.

Lê-vi Ký 25:26-27 cho chúng ta biết rằng, *"Nếu người nào không có ai được quyền chuộc lại, nhưng tự lo cho có chi chuộc lại được, thì phải tính từ năm đã bán bồi số trội cho chủ mua, rồi người sẽ nhận sản nghiệp mình lại."* Nói cách khác, đối với người chuộc lại đất, anh ta phải có "của cải" để làm việc đó.

Để giải thoát những tù binh chiến tranh đòi hỏi một đảng phái nào đó phải đủ mạnh để đánh bại kẻ thù và thanh toán nợ

73

nần cho những kẻ khác đòi hỏi người đó phải có đủ tài chánh. Cũng giống như vậy, việc giải cứu hết thảy loài người khỏi quyền lực của ma quỉ đòi hỏi Đấng Cứu Thế phải có sức mạnh để đánh bại ma quỉ để giải cứu họ thoát khỏi chúng.

Trước khi phạm tội, A-đam có thẩm quyền làm chủ trên hết thảy các loài tạo vật, nhưng sau khi phạm tội, người đã phải phục dưới quyền của ma quỉ. Từ điều nầy chúng ta có thể kết luận rằng năng quyền đánh bại ma quỉ chỉ đến từ người vô tội. Chúa Giê-su Con của Đức Chúa Trời hoàn toàn vô tội. Vì Chúa Giê-su được thai dựng bởi Đức Thánh Linh và không phải là hậu tự của A-đam, Ngài chẳng hề bị nhiễm nguyên tội. Hơn thế nữa, vì trọn đời mình Ngài chỉ tuân theo luật pháp của Đức Chúa Trời, Chúa Giê-su chẳng hề tự mình phạm tội. Vì vậy, Sứ đồ Phi-e-rơ đã nói về Chúa Giê-su rằng, *"Ngài chưa hề phạm tội, trong miệng Ngài không thấy có chút chi dối trá; Ngài bị rủa mà chẳng rủa lại, chịu nạn mà không hề ngăm dọa, nhưng cứ phó mình cho Đấng xử đoán công bình"* (1 Phi-e-rơ 2:22-23).

Vì Ngài hoàn toàn vô tội, Chúa Giê-su có đủ năng quyền và thẩm quyền đánh bại ma quỉ và có quyền cứu loài người ra khỏi tay chúng. Sự phát lộ vô số những dấu kỳ phép lạ của Ngài là dấu chứng về điều nầy. Chúa Giê-su chữa lành người bệnh, đuổi quỉ, khiến kẻ mù được thấy, kẻ điếc được nghe, kẻ què bước đi. Chúa Giê-su thậm chí còn khiến biển cả hung dữ phải yên lặng và kẻ chết sống lại.

Sự sống lại của Chúa Giê-su đã tái xác nhận, vượt qua mọi nghi ngờ rằng Ngài là Đấng vô tội. Theo thánh luật, những kẻ phạm tội phải đối diện với sự chết (Rô-ma 6:23). Tuy nhiên, Chúa Giê-su không bị đặt dưới quyền của sự chết vì Ngài vô tội. Ngài trút hơi thở cuối cùng trên thập tự giá, thân thể Ngài được chôn trong hầm mộ, nhưng đến ngày thứ ba Ngài đã sống lại.

Hãy nhớ rằng những bậc tổ phụ lớn của đức tin như Ê-nóc và Ê-li đã được cất lên trời lúc còn đang sống mà chẳng hề phải đối diện với sự chết vì họ vô tội và thánh khiết trọn vẹn. Cũng vậy, đến ngày thứ ba sau khi chôn, Chúa Giê-su đã phá hủy quyền lực của Sa-tan và ma quỉ qua sự sống lại của Ngài, và trở thành Cứu Chúa của toàn nhân loại.

Thứ tư, giống như người chuộc lại đất phải có tấm lòng muốn chuộc lại đất cho người bà con mình, Đấng Cứu Thế của nhân loại cũng phải có tấm lòng yêu thương để hy sinh mạng sống mình cho những người khác.

Thậm chí nếu Đấng Cứu Thế thỏa mãn ba phẩm chất đầu tiên được đề cập trước đây, song chẳng có tình yêu thương, Ngài chẳng thể trở thành Đấng Cứu Thế của toàn nhân loại được. Giả sử có một người anh trai mắc nợ 100.000 US$, em anh ta là một nhà triệu phú. Nếu không có tình yêu thương, người em đó chẳng thể trả nợ cho anh mình được và sự giàu có ấy chỉ là vô nghĩa đối với anh mình.

Chúa Giê-su đã đến thế gian với tư cách là một con người, không phải là hậu tự của A-đam, và có năng quyền đánh bại ma quỉ để cứu loài người ra khỏi tay chúng vì Ngài chẳng hề có tội.

Đấng Cứu Thế Được Đức Chúa Trời Sai Đến

Dầu vậy, nếu thiếu tình yêu thương, Chúa Giê-su đã không thể cứu chuộc loài người ra khỏi tội họ. "Sự cứu chuộc nhân loại ra khỏi tội lỗi họ của Chúa Giê-su" có nghĩa rằng Ngài phải chịu tội chết thế cho họ. Để cứu chuộc nhân loại ra khỏi tội lỗi, Ngài đã phải chịu đóng đinh như một trong những tội nhân tàn ác nhất thế gian, phải chịu thống khổ với đủ mọi thứ nhạo báng và khinh miệt, rồi đổ nước và huyết cho đến chết. Vì tình yêu Chúa Giê-su dành cho nhân loại là vô cùng tha thiết đến nỗi Ngài sẵn lòng cứu nhân loại ra khỏi tội họ, song Ngài chẳng hề nghĩ đến bản thân mình với sự thập hình.

Vậy, tại sao Chúa Giê-su đã phải chịu treo trên cây thập tự gỗ và đổ huyết cho đến chết? Như Phục Truyền 21:23 cho chúng ta biết rằng, *"Kẻ nào bị treo ắt bị Đức Chúa Trời rủa sả,"* và thánh luật công bố rằng "tiền công của tội lỗi là sự chết," Chúa Giê-su chịu treo mình trên cây gỗ để cứu hết thảy nhân loại ra khỏi sự rủa sả của tội lỗi là thứ mà họ đã bị trói buộc vào.

Và lại, như trong Lê-vi Ký 17:11 có chép rằng, *"Vì sanh mạng của xác thịt ở trong huyết; ta đã cho các ngươi huyết rưới trên bàn thờ đặng làm lễ chuộc tội cho linh hồn mình; vì nhờ sanh mạng mà huyết mới chuộc tội được,"* không có sự đổ huyết thì không có sự tha tội.

Lê-vi Ký cũng cho biết rằng thay vì huyết của động vật, chúng ta có thể dùng bột tinh ròng để dâng lên Đức Chúa Trời. Tuy nhiên biện pháp nầy chỉ dành cho những ai không đủ điều kiện dâng con sinh tế. Đây không phải là sự dâng huyết mà Đức Chúa Trời lấy làm đẹp lòng. Đức Chúa Giê-su cứu chuộc chúng ta khỏi tội lỗi bằng cách chịu treo trên cây thập tự gỗ và đổ huyết cho đến chết.

Tình yêu của Đức Chúa Giê-su thật phi thường biết bao khi Ngài chịu đổ huyết trên thập tự để mở đường cứu rỗi cho những kẻ khinh miệt và đóng đinh Ngài, thậm chí Ngài chữa lành cho dân chúng đủ thứ bệnh tật, cởi trói ra khỏi những điều nguy hại, và chỉ làm những điều thiện lành!

Dựa vào luật chuộc lại đất, chúng ta kết luận rằng chỉ có Đức Chúa Giê-su mới thỏa mãn những phẩm chất của Đấng Cứu Thế là Đấng có thể cứu chuộc loài người ra khỏi tội lỗi mình.

Con Đường Cứu Rỗi Nhân Loại Được Tiên Liệu Từ Trước Vô Cùng

Con đường đến với sự cứu rỗi được mở ra khi Đức Chúa Giê-su chịu chết trên thập tự giá và sống lại vào ngày thứ ba sau khi chôn đã phá vỡ quyền của sự chết. Chúa Giê-su đến thế gian để làm trọn sự lo liệu về chương trình cứu rỗi cho nhân loại và trở thành Chúa Cứu Thế của loài người là điều đã được báo trước ngay từ lúc A-đam phạm tội.

Trong Sáng Thế 3:15, khi con rắn cám dỗ người nữ, Đức Chúa Trời phán cùng nó rằng, *"Ta sẽ làm cho mầy cùng người nữ, dòng dõi mầy cùng dòng dõi người nữ nghịch thù nhau. Người sẽ giày đạp đầu mầy, còn mầy sẽ cắn gót chân người."* Về ý nghĩa thuộc linh, gười nữ ở đây nói đến tuyển dân I-sơ-ra-ên, còn "con rắn" nói đến kẻ thù là Sa-tan và ma quỉ là những kẻ chống lại Đức Chúa Trời. Khi "dòng dõi" người nữ "giày đạp đầu con rắn," có nghĩa rằng Chúa Cứu Thế của loài người sẽ ra từ

Đấng Cứu Thế Được Đức Chúa Trời Sai Đến

I-sơ-ra-ên và đánh bại quyền lực của Sa-tan và ma quỉ là kẻ cầm quyền trên sự chết.

Khi đầu bị tổn thương, con rắn sẽ trở nên bất lực. Cũng vậy, khi Đức Chúa Trời phán cùng con rắn mà rằng dòng dõi người nữ se giày đạp đầu nó, Ngài đã báo trước rằng Đấng Cứu Thế của nhân loại sẽ ra từ I-sơ-ra-ên và phá hủy thế lực của kẻ thù là Sa-tan và ma quỉ để cứu tội nhân ra khỏi sự trói buộc trong các thế lực của chúng.

Nhận biết điều nầy, ma quỉ đã tìm diệt dòng dõi người nữ trước khi Ngài có thể nện chí mạng lên đầu nó. Ma quỉ tin rằng khi nào nó diệt được dòng dõi người nữ thì nó có thể vui hưởng lâu dài thẩm quyền mà nó đã chiếm đoạt được từ sự bất tuân của A-đam. Tuy nhiên chúng không thể biết rằng ai sẽ là dòng dõi của người nữ, bèn lập mưu sát hại những tiên tri trung tín và yêu dấu của Đức Chúa Trời từ thời Cựu Ước.

Khi Môi-se ra đời, ma quỉ đã xúi giục Pha-ra-ôn xứ Ai-cập tàn sát hết thảy các bé trai do những người nữ I-sơ-ra-ên sinh ra (Xuất Ê-díp-tô 1:15-22), rồi khi Chúa Giê-su đến thế gian trong hình thể con người, ma quỉ quấy động tâm trí Vua Hê-rốt khiến ông giết toàn bộ các bé trai từ sơ sinh đến hai tuổi tại Bết-lê-hem và vùng lân cận. Do đó Đức Chúa Trời bảo vệ gia đình Chúa Giê-su và dẫn họ lánh qua xứ Ê-díp-tô.

Sau đó Chúa Giê-su đã lớn lên dưới sự chăm sóc của chính Đức Chúa Trời, và khởi sự chức vụ Ngài ở tuổi 30. Theo tiên chỉ của Đức Chúa Trời, Chúa Giê-su đi khắp cả xứ Ga-li-lê, dạy dỗ trong các nhà hội, chữa lành đủ thứ bệnh tật trong vòng dân chúng, khiến kẻ chết sống lại, giảng phúc âm về thiên đàng cho người nghèo.

Ma quỉ và Sa-tan đã xúi giục các thầy tế lễ, thầy thông giáo, và người Pha-ri-si, rồi chúng cùng nhau lập mưu sát hại Chúa Giê-su. Song những kẻ ác chẳng thể làm gì được Chúa Giê-su cho đến kỳ đã định của Đức Chúa Trời. Chỉ khi vào cuối ba năm chức vụ của Chúa Giê-su, Đức Chúa Trời mới để cho chúng bắt và đóng đinh Chúa Giê-su hầu cho hoàn thành sự tiên liệu về chương trình cứu rỗi nhân loại qua thập hình của Chúa Giê-su.

Không cưỡng nổi sức ép của dân Do-thái, Thống đốc La-mã Bôn-tê Phi-lát đã kết án Chúa Giê-su phải chịu thập hình, rồi những binh lính La-mã đã đội mão gai và đóng đinh xuyên qua tay, chân Ngài trên thập tự.

Thập hình là một trong những phương thức hành quyết tội phạm một cách tàn nhẫn nhất. Khi ma quỉ thành công trong việc xúi giục những kẻ ác đóng đinh Chúa Giê-su một cách tàn nhẫn như vậy, ắt hẳn chúng đã vô cùng sung sướng! Cho rằng chẳng còn ai có thể ngăn cản chúng cai trị thế gian, chúng bèn reo hò nhảy múa. Nhưng sự tiên liệu của Đức Chúa Trời đã được tìm thấy ở đây.

Chúng tôi giảng sự khôn ngoan của Đức Chúa Trời, là sự mầu nhiệm kín dấu,, mà từ trước các đời, Đức Chúa Trời đã định sẵn cho sự vinh hiển của chúng ta. Trong những người cai quản đời nầy chẳng ai từng biết sự đó; bởi chưng nếu đã biết thì họ chẳng đóng đinh Chúa Vinh

Đấng Cứu Thế Được Đức Chúa Trời Sai Đến

hiển trên cây thập tự đâu (1Cô-rinh-tô 2:7-8).

Vì Đức Chúa Trời là công chính, Ngài không sử dụng thẩm quyền tuyệt đối đến mức phá lệ, mọi sự Ngài làm đều làm theo thánh luật. Do đó, Ngài đã định sẵn con đường cứu rỗi cho nhân loại từ trước vô cùng phù hợp với luật lệ của Đức Chúa Trời.

Thánh luật có chép, *"tiền công của tội lỗi là sự chết"* (Rô-ma 6:23), nếu không có tội, thì người ta sẽ không phải chịu chết. Thế nhưng ma quỉ đã đóng đinh Đức Chúa Giê-su vô tội, không tì, không vết. Vậy nên ma quỉ đã vi phạm đến thánh luật và đã phải trả giá bằng việc trao lại thẩm quyền mà nó đã tước đoạt từ A-đam sau khi người phạm tội bất tuân. Nói cách khác, hiện nay ma quỉ buộc phải buông thả những người tin nhận Chúa Giê-su làm cứu Chúa mình và tin cậy danh Ngài.

Giá như ma quỉ biết được sự khôn sáng nầy của Đức Chúa Trời, thì hẳn nó đã không đóng đinh Đức Chúa Giê-su. Thế nhưng nó đã chẳng hiểu được sự kín giấu nầy nên đã sát hại Đức Chúa Giê-su vô tội, vì tin chắc rằng làm như vậy nó sẽ đảm bảo được quyền nắm giữ thế gian lâu dài. Song, thực tế ma quỉ đã sa vào cạm bẫy của chính nó, và đã vi phạm thánh luật. Sự thông sáng của Đức Chúa Trời thật kỳ diệu dường bao!

Sự thật cho thấy rằng kẻ thù Sa-tan đã trở thành công cụ trong việc hoàn thành sự tiên liệu của Đức Chúa Trời về chương trình cứu rỗi nhân loại như đã tiên báo trong Sáng Thế rằng dòng dõi người nữ sẽ "giày đạp" đầu nó.

Theo thể sự tiên liệu và sự khôn sáng của Đức Chúa Trời, Đức Chúa Giê-su vô tội đã chết để cứu chuộc nhân loại ra khỏi tội lỗi, và bởi sự sống lại vào ngày thứ ba, Ngài đã hủy phá quyền của sự chết trong tay kẻ thù và trở thành Vua trên muôn vua và Chúa trên muôn chúa. Ngài đã mở đường cứu rỗi hầu cho chúng ta được trở nên công chính qua niềm tin nơi Đức Chúa Giê-su Christ. Nhờ đó, xuyên suốt lịch sử nhân loại vô số người được cứu bởi niềm tin nơi Đức Chúa Giê-su Christ và cho đến nay, ngày càng nhiều người tin nhận Đức Chúa Giê-su Christ làm Cứu Chúa của mình.

Nhận Lãnh Thánh Linh qua Niềm Tin nơi Đức Chúa Giê-su Christ

Tại sao chúng ta được cứu khi tin nhận Đức Chúa Giê-su Christ? Nhờ việc tin nhận Đức Chúa Giê-su Christ làm Cứu Chúa mình, chúng ta nhận lãnh được Đức Thánh Linh từ Đức Chúa Trời. Khi nhận Đức Thánh Linh, tâm linh đã chết của chúng ta được hồi sinh. Vì Đức Thánh Linh là quyền năng và tấm lòng của Đức Chúa Trời, Đức Thánh Linh dẫn dắt con cái Đức Chúa Trời vào lẽ thật và vùa giúp họ sống theo ý muốn của Đức Chúa Trời.

Do đó, những ai thật sự tin Chúa Giê-su làm Cứu Chúa mình sẽ làm theo ý mốn của Đức Thánh Linh và cố gắng sống theo lời Đức Chúa Trời. Họ sẽ giữ sạch mình khỏi thù hận, nóng này, ganh ghét, đố ky, đoán xét và buộc tội người khác, và thoát khỏi tội tà dâm, thay vào đó họ bước đi trong sự nhân lành và trong lẽ thật cùng sự hiểu biết, phục vụ và yêu thương nhau.

Như đã đề cập trước đây, khi con người đầu tiên phạm tội bởi đã ăn cây biết điều thiện và điều ác, linh năng trong con người đã chết và con người bị đặt vào con đường đi đến hư mất. Song khi chúng ta nhận lãnh Đức Thánh Linh, tâm linh đã chết trong chúng ta được hồi sinh và chúng ta càng tìm kiếm ước mốn của Đức Thánh Linh và bước đi trong đạo chân thật Đức Chúa Trời, chúng ta dần dần trở nên con người chân thật và phục hồi lại ảnh tượng đã mất của Đức Chúa Trời.

Khi chúng ta bước đi trong đạo chân thật Đức Chúa Trời, người ta sẽ nhận ra đức tin của chúng ta là "đức tin thật," và nhờ tội lỗi chúng ta được thanh tẩy bởi huyết của Chúa Giê-su tùy theo những việc làm bởi đức tin, chúng ta nhận lấy sự cứu rỗi. Vì lẽ ấy, 1 Giăng 1:7 cho chúng ta biết rằng, *"Nếu chúng ta đi trong sự sáng cũng như chính Ngài ở trong sự sáng, thì chúng ta giao thông cùng nhau, thì huyết của Đức Chúa Giê-su, con Ngài, làm sạch mọi tội chúng ta."*

Đây là cách chúng ta đến với sự cứu rỗi bởi đức tin sau khi được tha tội. Dầu vậy, nếu vẫn bước đi trong tội lỗi bất chấp sự xưng nhận đức tin của mình, thì sự xưng nhận đó là giả dối, vì thế huyết của Đức Chúa Giê-su Christ không thể cứu chuộc chúng ta khỏi tội và cũng không thể đảm bảo được sự cứu rỗi cho chúng ta.

Đương nhiên đối với những người vừa mới tin nhận Chúa là một chuyện khác. Cho dù họ chưa bước đi trong lẽ thật, Đức Chúa Trời sẽ dò xét lòng họ, tin rằng họ sẽ được biến đổi, và đưa họ đến sự cứu rỗi khi họ cố gắng tiến triển trong lẽ thật.

Chúa Jêsus Làm Trọn Những Lời Tiên Tri

Lời Đức Chúa Trời về Đấng Cứu Thế đã được tiên báo qua các đấng tiên tri và được Chúa Giê-su làm trọn. Mọi khía cạnh về đời sống của Chúa Giê-su, từ sự ra đời, chức vụ, cho đến sự chết bởi thập hình và sự sống lại, đều ở trong sự tiên liệu của Đức Chúa Trời dành cho Ngài để trở thành Đấng Mê-si-a và là Đấng Cứu Thế của toàn nhân loại.

Chúa Giê-su được Hạ Sinh Bởi Một Nữ Đồng Trinh tại Bết-lê-hem

Đức Chúa Trời đã tiên báo trước về sự ra đời của Chúa Giê-su qua đấng Tiên Tri Ê-sai. Đến kỳ đã định, quyền năng của Đức Chúa Trời Tối Cao ngự trên một người nữ trinh trắng tên là Ma-ry tại Na-xa-rét ở xứ Ga-li-lê và ngay sau đó người thọ thai một hài nhi.

Vậy nên chính Chúa sẽ ban một điềm cho các ngươi: nầy, một gái đồng trinh sẽ chịu thai, sanh ra một trai, và đặt tên là Em-ma-nu-ên (Ê-sai 7:14).

Đấng Cứu Thế Được Đức Chúa Trời Sai Đến

Như Đức Chúa Trời đã hứa cùng dân sự I-sơ-ra-ên, "Các dòng vua sẽ chẳng hề dứt trong nhà Đa-vít," Ngài khiến cho Đấng Mê-si-a ra từ một nữ đồng trinh tên là Ma-ry, người đã hứa hôn cùng Giô-sép, một hậu tự của Đa-vít. Vì hậu tự của A-đam sinh ra với nguyên tội thì chẳng thể cứu nhân loại ra khỏi tội, Đức Chúa Trời làm trọn lời tiên tri bằng cách dùng nữ đồng trinh Ma-ry để sanh hạ Chúa Giê-su trước khi người kết hôn cùng Giô-sép.

Hỡi Bét-lê-hem Ép-ra-ta, ngươi ở trong hàng ngàn Giu-đa là nhỏ lắm, song từ ngươi sẽ ra cho ta một Đấng cai trị trong I-sơ-ra-ên; gốc tích của Ngài bởi từ đời xưa, từ trước vô cùng (Mi-chê 5:2).

Kinh Thánh tiên báo rằng Chúa Giê-su sẽ được sanh hạ tại Bét-lê-hem. Thật vậy, Ngài đã sanh hạ tại Bét-lê-hem trong xứ Giu-đa vào thời vua Hê-rốt (Ma-thi-ơ 2:1), và lịch sử đã chứng thực sự kiện nầy.

Khi Chúa Giê-su ra đời, Vua Hê-rốt lo sợ quyền cai trị của mình bị đe dọa nên đã tìm cách sát hại Chúa Giê-su. Tuy nhiên, vì cớ không tìm ra hài nhi, Vua Hê-rốt đã giết hết thảy các bé trai từ hai tuổi trở lại trong thành Bét-lê-hem và các vùng lân cận, do đó trong khắp xứ đều có tiếng than khóc.

Nếu Chúa Giê-su đã chẳng đến thế gian với tư cách là một vị vua thật sự của Giu-đa, thì tại sao một vị vua đã phải sát hại quá nhiều con trẻ chỉ để loại bỏ một hài nhi? Bi kịch nầy đã xảy ra vì kẻ thù ma quỉ đã tìm cách trừ diệt Đấng Mê-si-a bởi sự lo sợ mất quyền cai trị thế gian đã khuấy động trong lòng Vua Hê-rốt là kẻ lo sợ bị mất ngôi vua của mình khiến ông phạm đến sự tàn ác dường đó.

Chúa Giê-su Làm Chứng về Đức Chúa Trời Hằng Sống

Trước khi khởi sự chức vụ của mình, Chúa Giê-su hoàn toàn vâng giữ luật pháp suốt 30 năm trong cuộc đời Ngài. Rồi đến khi đủ lớn để trở thành một thầy tế lễ, Ngài bắt đầu thi hành chức vụ mình để trở thành Đấng Mê-si-a như đã định từ trước vô cùng.

Thần của Đức Giê-hô-va ngự trên ta; vì Đức Giê-hô-va đã xức dầu cho đầu ta, đặng giảng tin lành cho kẻ khiêm nhường. Ngài đã sai ta đến đặng rịt những kẻ vỡ lòng, đặng rao cho kẻ phu tù được tự do, kẻ bị cầm tù được ra khỏi ngục; đặng rao năm ban ơn của Đức Giê-hô-va, và ngày báo thù của Đức Chúa Trời chúng ta; đặng yên ủi mọi kẻ buồn rầu; đặng ban mão hoa cho kẻ buồn rầu ở Si-ôn thay vì tro bụi, ban dầu vui mừng thay vì tang chế, ban áo ngợi khen thay vì lòng nặng nề; hầu cho những kẻ ấy được xưng là cây của sự công bình, là cây Đức Giê-hô-va đã trồng để được vinh hiển (Ê-sai 61:1-3).

Như chúng ta nhận thấy trong lời tiên tri trên, Chúa Giê-su hóa giải toàn bộ nan đề của cuộc sống với quyền năng của Đức

Đấng Cứu Thế Được Đức Chúa Trời Sai Đến

Chúa Trời và yên ủi những kẻ vỡ lòng. Và khi đến kỳ Đức Chúa Trời đã định, Chúa Giê-su vào thành Giê-ru-sa-lem để chịu Khổ Hình.

Hỡi con gái Si-ôn, hãy mừng rỡ cả thể! Hỡi con gái Giê-ru-sa-lem, hãy trổi tiếng reo vui! Nầy, vua ngươi đến cùng ngươi, Ngài là công bình và ban sự cứu rỗi, nhu mì và cỡi lừa, tức là con của lừa cái (Xa-cha-ri 9:9).

Theo lời tiên tri của Xa-cha-ri, Chúa Giê-su đã cỡi trên lừa con mà vào thành Giê-ru-sa-lem. Các đoàn dân đều tung hô, *"Hô-sa-na con vua Đa-vít! Đáng khen ngợi cho Đấng nhân danh Chúa mà đến! Hô-sa-na ở trên nơi rất cao!"* (Ma-thi-ơ 21:9), và cả thành đều xôn xao. Dân chúng vui mừng như vậy vì cớ Chúa Giê-su đã tỏ ra những dấu kỳ và phép lạ như đi bộ trên mặt nước, khiến kẻ chết sống lại. Dẫu vậy, chẳng bao lâu sau chính đám đông ấy đã phản bội và đóng đinh Ngài.

Khi thấy những đám đông đi theo Chúa Giê-su để nghe những lời giảng đầy quyền năng của Ngài và để nhìn xem những cuộc bày tỏ quyền phép của Đức Chúa Trời, những thầy tế lễ, người Pha-ri-si và thầy thông giáo cảm thấy địa vị xã hội của họ bị đe dọa.

Xuất phát từ lòng thù hận cay nghiệt nầy, chúng đã bày mưu sát hại Chúa Giê-su. Chúng bịa ra đủ thứ chứng cứ giả dối nhằm chống lại Chúa Giê-su và buộc Ngài về tội lừa dối và kích động dân chúng. Chúa Giê-su đã thực hiện những công việc phi thường bởi quyền phép Đức Chúa Trời mà nếu như chính Đức

Chúa Trời không ở cùng Ngài thì Ngài chẳng thể làm được, thế nhưng chúng vẫn cố liều mình cùng Chúa Giê-su.

Rốt cuộc, một trong những môn đệ Chúa Giê-su đã phản bội Ngài để lấy ba mươi miếng bạc từ tay các thầy tế lễ nhằm tiếp tay cho chúng bắt Chúa Giê-su. Lời tiên tri của Xa-cha-ri về món tiền công ba mươi miếng bạc mà rằng, *"Ta đã lấy ba mươi miếng bạc và quăng chúng cho thợ gốm,"* đã ứng nghiệm (Xa-cha-ri 11:12-13).

Sau đó kẻ phản Chúa vì ba mươi miếng bạc đã không vượt qua nổi cảm giác tội lỗi, nên đã ném ba mươi miếng bạc ấy vào đền thờ, nhưng các thầy tế lễ đã dùng tiền đó để mua một miếng "ruộng của kẻ làm đồ gốm" (Ma-thi-ơ 27:3-10).

Sự Khốn Khổ và Sự Chết Của Chúa Giê-su

Như đấng Tiên tri Ê-sai đã tiên báo, Chúa Giê-su đã chịu đau đớn và khốn khổ để cứu hết thảy nhân loại. Vì Ngài đã đến thế gian để làm trọn sự tiên liệu về chương trình cứu chuộc dân Ngài khỏi tội, Chúa Giê-su đã phải chịu treo trên cây thập tự gỗ là biểu hiện của sự rủa sả và là của hiến tế cho Đức Chúa Trời để làm của lễ chuộc tội cho nhân loại.

Thật Người đã mang sự đau ốm của chúng ta, đã gánh sự buồn bực của chúng ta; mà chúng ta lại tưởng Người đã bị Đức Chúa Trời đánh và đập, và làm cho khốn khổ. Nhưng người đã vì tội lỗi chúng ta mà bị vết, vì sự gian ác chúng ta mà bị thương. Bởi sự sửa phạt Người chịu chúng ta được bình an, bởi lằn roi người chúng ta được lành bịnh. Chúng ta thảy đều như chiên đi lạc, ai theo đường nấy: Đức Giê-hô-va đã làm cho hết thảy tội lỗi của chúng ta đều chất trên người. Người bị hiếp đáp, nhưng khi chịu sự khốn khổ chẳng hề mở miệng. Như chiên con bị dắt đến hàng làm thịt, như chiên câm ở trước mặt kẻ hớt lông, Người chẳng từng mở miệng. Bởi sự ức hiếp và xử đoán nên người bị cất lấy; trong những kẻ đồng thời với Người có ai suy xét rằng Người đã bị dứt khỏi đất người sống, là vì cớ tội lỗi dân ta đáng chịu đánh phạt? Người ta đã đặt mồ Người với những kẻ ác, nhưng khi chết, Người được chôn với kẻ giàu; dầu Người chẳng hề làm điều hung dữ và chẳng có sự dối trá trong miệng. Đức Giê-hô-va lấy làm vừa ý mà làm tổn thương, và khiến gặp sự đau ốm. Sau khi dâng mạng sống người làm tế chuộc tội, người sẽ thấy dòng dõi mình; những ngày người sẽ thêm dài ra, và ý chỉ Đức Giê-hô-va nhờ tay người được thạnh vượng (Ê-sai 53:4-10).

Trong thời Cựu Ước, huyết của động vật được dâng lên Đức Chúa Trời mỗi khi người ta phạm tội cùng Ngài. Nhưng Chúa Giê-su đã đổ huyết thánh sạch, hoàn toàn vô tội, cả nguyên tội và tội do chính mình gây ra và "dâng một của lễ chuộc tội cho muôn đời" hầu cho mọi người đều có thể được tha tội mà đến với sự sống đời đời (Hê-bơ-rơ 10:11-12). Do vậy, Ngài đã mở đường cho sự tha tội và sự cứu rỗi qua niềm tin nơi Chúa Giê-su

Thức Tỉnh I-sơ-ra-ên

Christ và chúng ta không cần phải dâng tế huyết động vật nữa.

Khi Chúa Giê-su trút hơi thở cuối cùng trên thập tự, bức màn trong đền thờ đã bị xé làm đôi từ trên chí dưới (Ma-thi-ơ 27:51). Cái màn trong đền thờ là một tấm màng lớn phân cách giữa nơi Chí Thánh và nơi Thánh trong đền thờ, không một người thường nào được vào nơi Thánh. Chỉ có thầy tế lễ tối cao mới có thể được vào nơi Chí Thánh mỗi năm một lần.

Thực tế cho thấy rằng "Cái màn trong đền thờ bị xé ra làm hai từ trên chí dưới" tượng trưng rằng khi Ngài hy sinh mạng sống mình để làm của chuộc tội, Chúa Giê-su đã phá hủy bức tường ngăn cách giữa Đức Chúa Trời và chúng ta. Trong thời Cựu Ước, các thầy tế lễ dâng của hiến tế lên Đức Chúa Trời để chuộc tội cho dân sự I-sơ-ra-ên và cầu nguyện với Chúa thay cho họ. Vì bức tường tội lỗi ngăn cách giữa chúng ta và Đức Chúa Trời đã bị phá hủy, chúng ta có thể tự mình tương giao với Ngài. Nói cách khác, hễ ai tin nhận Chúa Giê-su Christ đều có thể bước vào đền thánh của Đức Chúa Trời để thờ phượng và cầu nguyện cùng Ngài.

Ta sẽ chia phần cho người đồng với người lớn. Người sẽ chia của bắt với những kẻ mạnh, vì người đã đổ mạng sống mình cho đến chết, đã bị kể vào hàng kẻ dữ, đã mang lấy tội lỗi nhiều người, và cầu thay cho những kẻ phạm tội (Ê-sai 53:12).

Như Tiên Tri Ê-sai có chép về sự Khốn Khổ và Thập Hình của của Đấng Cứu Thế, Chúa Giê-su đã chết trên thập tự vì tội lỗi của hết thảy mọi người, nhưng lại bị kể vào hàng kẻ dữ. Thậm chí ngay khi chết trên thập tự giá, Ngài cầu xin Đức Chúa Trời tha cho những kẻ đã đóng đinh Ngài.

Lạy Cha, xin tha cho họ, vì họ không biết mình làm điều gì (Lu-ca 23:34).

Khi Ngài chết trên thập tự, lời tiên tri của trước giả Thi Thiên có chép, *"Ngài giữ hết thảy xương cốt người, chẳng một cái nào bị gãy"* (Thi Thiên 34:20) đã được ứng nghiệm. Chúng ta cũng có thể tìm thấy sự ứng nghiệm nầy trong Giăng 19:32-33, *"Vậy, quân lính lại, đánh gãy chân người thứ nhất, rồi đến người kia, tức là kẻ cùng bị đóng đinh với Ngài. Khi quân lính đến nơi Đức Chúa Giê-su, thấy Ngài đã chết rồi, thì không đánh gãy ống chân Ngài."*

Chúa Giê-su Làm Trọn Chức Vụ Mình để Trở Thành Đấng Cứu Thế

Chúa Giê-su mang lấy tội lỗi của nhân loại trên thập tự mình để chết thay cho họ làm của lễ chuộc tội, dầu vậy sự hoàn thành chương trình cứu rỗi đã được tiên liệu không phải qua sự chết của Chúa Giê-su.

Như đã được tiên báo trong Thi Thiên 16:10, *"Vì Chúa chẳng bỏ linh hồn tôi nơi âm phủ, cũng không để cho người thánh Chúa thấy sự hư nát,"* và trong Thi Thiên 118:17, *"Tôi sẽ chẳng chết đâu nhưng được sống, thuật lại những công việc*

Đức Giê-hô-va," thân thể Chúa Giê-su đã chẳng bị hư nát mà Ngài đã sống lại vào ngày thứ ba.

Như đã có lời tiên báo sâu xa trong Thi Thiên 68:18, *"Chúa đã ngự lên trên cao, dẫn theo những phu tù; Chúa đã nhận lễ vật giữa loài người, và giữa kẻ phản nghịch cũng vậy, hầu cho Giê-hô-va Đức Chúa Trời được ở với chúng nó,"* Chúa Giê-su đã ngự lên trên cao và đang chờ đến ngày cuối cùng là lúc mà Ngài đã hoàn thành công cuộc cứu rỗi nhân loại và đem dân sự Ngài về thiên đàng.

Thật dễ nhận thấy mọi điều mà Đức Chúa Trời đã tiên báo về Đấng Cứu Thế qua các đấng tiên tri của Ngài đã được hoàn thành cách trọn vẹn qua Đức Chúa Giê-su Christ là thể nào.

Sự Chết của Chúa Giê-su và Những Lời Tiên Tri về I-sơ-ra-ên

Tuyển dân I-sơ-ra-ên của Đức Chúa Trời đã không nhận biết Chúa Giê-su là Đấng Cứu Thế. Song, Ngài vẫn không lìa bỏ dân mà Ngài đã chọn và ngày nay Đức Chúa Trời thực hiện sự tiên liệu về chương trình cứu rỗi cho I-sơ-ra-ên.

Thậm chí qua thập hình của Chúa Giê-su, Đức Chúa Trời đã tiên báo tương lai của I-sơ-ra-ên, và ấy là tình yêu tha thiết của Ngài dành cho họ, và Ngài muốn họ tin nhận Đấng Cứu Thế mà Ngài đã sai đến để họ cũng nắm lấy sự cứu rỗi.

Sự Khốn Khổ vì I-sơ-ra-ên Đã Đóng Đinh Chúa Giê-su

Mặc dù Tổng Đốc La-mã Bôn-tê Phi-lát đã kết tội thập hình Chúa Giê-su, song ấy là bởi người Do thái đã thuyết phục Phi-lát đưa ra quyết định đó. Phi-lát nhận ra rằng chẳng có cớ gì để hành quyết Chúa Giê-su, song các đám đông đã thuyết phục ông, chúng la hét mà rằng hãy đóng đinh Giê-su, đến mức bắt đầu nổi loạn.

Xác nhận quyết định đóng đinh Chúa Giê-su, Phi-lát lấy

nước rửa tay trước mặt đám đông và tuyên bố rằng, *"Ta không có tội về huyết của người nầy; điều đó mặc kệ các ngươi"* (Ma-thi-ơ 27:24). Để đáp lại, đám đông Do thái la hét lên, *"Xin huyết người lại đổ trên đầu chúng tôi và con cái chúng tôi!"* (Ma-thi-ơ 27:25)

Năm 70 sau Công nguyên, Giê-ru-sa-lem rơi vào tay Tể Tướng La-mã Ti-tớt. Đền thờ bị phá hủy và những người còn sống sót bị ép rời khỏi quê hương và tản lạc khắp nơi trên thế giới. Trong giai đoạn nầy, Cộng đồng người Do Thái phải chịu những thống khổ đến mức không thể tả được.

Khi Giê-ru-sa-lem bị sụp đổ, khoảng hơn một triệu người Do Thái bị sát hại, trong Thế Chiến Thứ II, khoảng sáu triệu người Do Thái bị Đức Quốc Xã tàn sát. Khi bị tàn sát, người Do Thái bị lột trần truồng, điều nầy gợi nhớ lại lúc Chúa Giê-su bị đóng đinh trên thập tự trong khi không một mảnh vải che thân.

Đương nhiên, từ viễn cảnh của I-sơ-ra-ên, họ có thể tranh luận rằng sự thống khổ nầy không liên quan gì đến việc đóng đinh Chúa Giê-su. Tuy nhiên, khi nhìn lại lịch sử I-sơ-ra-ên, người ta có thể dễ dàng nhận thấy rằng I-sơ-ra-ên và dân sự nó được Đức Chúa Trời bảo vệ và thịnh vượng khi họ sống theo ý muốn của Ngài. Khi lánh xa khỏi ý muốn của Đức Chúa Trời, dân sự I-sơ-ra-ên phải bị trừng phạt, chịu đau đớn và gian truân.

Vậy, chúng ta biết rằng sự thống khổ của I-sơ-ra-ên không phải là vô cớ. Nếu đóng đinh Chúa Giê-su là việc thích đáng trước mặt Đức Chúa Trời, tại sao Ngài đã lìa bỏ I-sơ-ra-ên trong những cuộc đau đớn khốn cùng triền miên trong một thời gian dài?

Đấng Cứu Thế Được Đức Chúa Trời Sai Đến

Áo Ngoài và Áo Trong của Chúa Giê-su và Tương Lai của I-sơ-ra-ên

Một tình tiết khác là một trong những điểm báo xảy đến cho I-sơ-ra-ên đã xảy ra tại nơi Chúa Giê-su chịu thập hình. Như chúng ta đọc trong Thi Thiên 22:18, *"Chúng nó chia nhau áo xống tôi; bắt thăm về áo dài tôi,"* quân lính Ma mã đã lấy áo ngoài Chúa Giê-su mà chia ra làm bốn phần, mỗi đứa một phần, trong khi đó chúng chỉ bắt thăm để lấy áo trong, một tên trong bọn chúng đã trúng thăm.

Sự kiện nầy đã có liên hệ như thế nào đến tương lai của I-sơ-ra-ên? Chúa Giê-su với tư cách là Vua của I-sơ-ra-ên, áo ngoài của Ngài là biểu tượng của sự tuyển chọn của Đức Chúa Trời, đất nước và con người I-sơ-ra-ên. Khi áo ngoài của Chúa Giê-su bị chia thành bốn mảnh thì hình dạng của nó không còn như trước nữa, điều nầy báo hiệu sự sụp đổ của đất nước I-sơ-ra-ên. Dẫu vậy, vì cớ những mảnh vải của áo ngoài vẫn còn, sự kiện nầy cũng báo trước rằng mặc dù đất nước I-sơ-ra-ên có thể bị tiêu tan, song cái tên "I-sơ-ra-ên" vẫn còn.

Sự thật về quân lính La mã đã lấy áo ngoài Chúa Giê-su chia làm tư mỗi đứa một phần có ý nghĩa gì? Điều nầy báo hiệu rằng dân tộc I-sơ-ra-ên sẽ bị quân La mã phá diệt và tản lạc. Lời tiên báo nầy cũng được ứng nghiệm với sự sụp đổ của Giê-ru-sa-lem và sự tàn phá của đất nước I-sơ-ra-ên, là sự kiện mà người Do Thái buộc phải tản lạc khắp nơi trên thế giới.

Còn về phần áo dài của Chúa Giê-su, Giăng 19:23 có chép, *"Áo dài đó không có đường may, nguyên một tấm vải dệt ra từ trên chí dưới."* Thực tế về chiếc áo "không có đường may" có nghĩa rằng nhiều lớp vải đã được dệt lại với nhau thành một tấm áo.

Hầu hết người ta chẳng bận tâm nhiều đến việc quần áo của họ đã được may dệt như thế nào. Vậy, tại sao Kinh Thánh đã ghi lại cách cụ thể về cấu kết tấm áo trong của Chúa Giê-su? Điều nầy là một sự tiên báo về những sự kiện phải xảy đến cho dân tộc I-sơ-ra-ên.

Áo trong của Chúa Giê-su tượng trưng cho tấm lòng của người dân I-sơ-ra-ên, tấm lòng của họ đối với Đức Chúa Trời. Thực tế về chiếc áo dài "không có đường may, nguyên một tấm vải dệt từ trên chí dưới" biểu thị cho tấm lòng của dân tộc I-sơ-ra-ên đối với Đức Chúa Trời đã lưu truyền từ Gia-cốp, tổ phụ họ và chẳng hề dời đổi trong bất kỳ hoàn cảnh nào.

Qua Mười Hai Chi Phái tiếp theo các thời của Áp-ra-ham, I-sắc, và Gia-cốp, họ đã lập nên một quốc gia và dân tộc I-sơ-ra-ên giữ vững sự thuần khiết của quốc gia mình không kết hôn với Dân Ngoại. Sau sự phân rẽ thành Vương Quốc I-sơ-ra-ên ở phía bắc và Vương Quốc Giu-đa ở phía nam, con người ở vương quốc phía bắc đã kết hôn với người ngoại, nhưng ở Giu-đa người ta vẫn giữ nguyên tính thuần khiết của một dân tộc. Ngay cả ngày nay, người Giu-đa vẫn giữ nguyên như những thời đại của những tổ phụ đức tin họ.

Thế thì, cho dù áo ngoài Chúa Giê-su bị chia làm bốn mảnh,

áo trong của Ngài vẫn còn nguyên vẹn. Điều nầy cho biết rằng trong khi hình thể của I-sơ-ra-ên có thể không còn nữa, song tấm lòng của dân tộc I-sơ-ra-ên đối với Đức Chúa Trời và niềm tin của họ đặt ở nơi Ngài không thể dập tắt.

Vì có tấm lòng kiên định, Đức Chúa Trời đã chọn họ làm tuyển dân Ngài và qua họ Ngài đã và đang hoàn thành chương trình và tiên chỉ của Ngài cho đến ngày nay. Mặc dù đã hơn hai ngàn năm trôi qua, dân tộc I-sơ-ra-ên vẫn một lòng trung thành với Luật Pháp. Ấy là vì họ đã thừa hưởng tấm lòng không kiên định từ tổ phụ Gia-cốp.

Nhờ đó mà sau gần 1.900 năm mất nước, dân tộc I-sơ-ra-ên đã khiến cho cả thế giới kinh ngạc khi họ tuyên bố độc lập và phục quốc vào ngày 14, tháng 5, 1948.

Ta sẽ thâu lấy các ngươi khỏi giữa các dân; ta sẽ nhóm các ngươi lại từ mọi nước, và đem về trong đất riêng của các ngươi (Ê-xê-chi-ên 36:24).

Các ngươi sẽ ở trong đất mà ban cho tổ phụ các ngươi, các ngươi sẽ làm dân ta, ta sẽ làm Đức Chúa Trời các ngươi (Ê-xê-chi-ên 36:28).

Như đã có lời tiên báo trong Cựu Ước, *"Sau nhiều ngày ngươi sẽ được triệu tập trong những năm sau rốt,"* dân tộc I-sơ-ra-ên bắt đầu tề tựu về Pha-léc-tin và tái lập quốc (Ê-xê-chi-ên 38:8). Hơn thế nữa, qua việc phát triển thành một trong những cường quốc của thế giới, I-sơ-ra-ên một lần nữa đã khẳng định với toàn thế giới về tinh siêu việt với tư cách là một quốc gia.

Đức Chúa Trời Mong Muốn I-sơ-ra-ên Chuẩn Bị cho Sự Tái Lâm của Chúa Giê-su

Đức Chúa Trời mong muốn I-sơ-ra-ên mới phục hồi dự phần và chuẩn bị cho sự Hiện Đến của Đấng Mê-si-a. Chúa Giê-su đã đến mảnh đất I-sơ-ra-ên gần 2.000 năm trước, hoàn toàn làm trọn sự lo liệu về chương trình cứu rỗi cho nhân loại và trở thành Đấng Cứu Thế và là Đấng Mê-si-a của họ. Khi thăng thiên về trời, Ngài hứa sẽ trở lại và bây giờ Ngài muốn tuyển dân Ngài chờ đón sự trở lại của Đấng Mê-si-a với đức tin chân thật.

Khi Đấng Cứu Thế Giê-su Christ trở lại, Ngài sẽ không đến trong một chuồng ngựa tồi tàn, hay phải chịu thống khổ với thập hình theo cách mà Ngài đã chịu hai ngàn năm trước. Thay vào đó, Ngài sẽ hiện ra giữa muôn ngàn thiên binh thiên sứ và trở lại thế gian với tư cách là Vua của muôn vua và Chúa của các chúa trong sự vinh hiển của Đức Chúa Trời cho toàn thế gian đều trông thấy.

Kìa, Ngài đến giữa những đám mây, mọi mắt sẽ trông thấy, cả đến những kẻ đã đâm Ngài cũng trông thấy; hết thảy các chi họ trong thế gian sẽ than khóc vì cớ Ngài. Quả thật vậy (Khải Huyền 1:7).

Khi đến kỳ đã định, hết thảy mọi người, người tin cũng như

người không tin, sẽ nhìn thấy Chúa hiện đến trên không trung. Vào ngày ấy, hết thảy những người tin nhận Giê-su là Cứu Chúa mình sẽ được cất lên trong giữa những đám mây và dự Tiệc Cưới Lớn trên không trung, song những kẻ chẳng tin bị bỏ lại phía sau để rồi phải than khóc.

Vì Đức Chúa Trời đã dựng nên con người đầu tiên là A-đam và bắt đầu công cuộc giáo hóa nhân loại, thì ắt hẳn sẽ đến kỳ kết thúc. Như người nông dân gieo hạt và thu hoạch vụ mùa, thì cũng sẽ đến kỳ thu hoạch của công cuộc giáo hóa nhân loại. Sự giáo hóa nhân loại của Đức Chúa Trời sẽ trọn vẹn với sự Hiện Đến Lần Thứ Hai của Chúa Cứu Thế Giê-su Christ.

Chúa Giê-su phán cùng chúng ta trong Khải Huyền 22:7, *"Kìa, ta đến mau chóng. Phước thay cho kẻ nào giữ lời tiên tri trong sách nầy."* Hiện nay, chúng ta đang sống trong những ngày sau rốt. Trong tình yêu vô hạn của Ngài dành cho I-sơ-ra-ên, Đức Chúa Trời luôn khai sáng dân sự Ngài qua lịch sử của họ hầu cho chúng sẽ tin nhận Đấng Mê-si-a. Đức Chúa Trời tha thiết mong muốn không những tuyển dân I-sơ-ra-ên của Ngài mà còn toàn thể nhân loại hãy tin nhận Chúa Giê-su Christ trước khi công cuộc giáo hóa nhân loại kết thúc.

Kinh Thánh Tiếng Hê-bơ-rơ Được Cơ Đốc Nhân Biết Đến là Cựu Ước

Chương 3

Đức Chúa Trời mà Người
I-sơ-ra-ên Tin Cậy

Luật Pháp và Lời Truyền Khẩu

Trong lúc Đức Chúa Trời đưa dẫn tuyển dân I-sơ-ra-ên của Ngài ra khỏi xứ Ê-díp-tô và đến khi dẫn họ vào miền đất hứa Ca-na-an, ngài ngự trên đỉnh núi Si-nai. Sau đó, Giê-hô-va Đức Chúa Trời đã kêu gọi Môi-se, vị lãnh đạo của cuộc Xuất Hành, Ngài phán cùng người rằng những thầy tế lễ phải được thánh hóa khi đến gần Đức Chúa Trời. Thêm vào đó, Ngài đã trao cho dân sự mười điều răn và nhiều luật lệ khác qua Môi-se.

Khi Môi-se chính thức thuật lại hết thảy mọi lời phán và luật lệ của Giê-hô-va Đức Chúa Trời cho dân sự, thì chúng đồng thanh đáp rằng: *"Chúng tôi sẽ làm mọi lời Đức Giê-hô-va phán dạy!"* (Xuất Ê-díp-tô 24:3) Nhưng khi Môi-se đang ở trên núi Si-nai theo sự kêu gọi của Đức Chúa Trời, dân sự đã khiến A-rôn làm một tượng hình con bò để thờ lạy tượng đó và phạm trọng tội.

Làm thế nào để một tuyển dân của Đức Chúa Trời đã có thể phạm một tội tày đình như vậy? Hết thảy loài người từ khi A-đam, người đã phạm tội bất tuân, là những hậu tự của người đều sinh ra với bản tính tội lỗi. Họ bị trói buộc với tội lỗi trước khi được thánh hóa qua việc cắt bì lòng mình. Do vậy Đức Chúa

Trời đã sai Con một của Ngài là Chúa Giê-su đến thế gian, để qua thập hình Ngài đã mở đường cho toàn nhân loại để qua đó tội lỗi của mọi người đều có thể được tha thứ.

Vậy tại sao Đức Chúa Trời đã ban luật lệ cho dân sự? Mười Điều Răn mà Đức Chúa Trời đã ban cho họ qua Môi-se, những qui định và sắc lệnh mà chúng ta gọi là luật pháp.

Qua Luật Pháp, Đức Chúa Trời Đã Đưa Họ Đến Miền Đất Đượm Sữa và Mật

Mục đích và lý do mà Đức Chúa Trời đã ban luật pháp cho dân sự I-sơ-ra-ên trong cuộc Xuất hành khỏi xứ Ê-díp-tô, ấy là để cho họ vui hưởng phước hạnh mà qua đó họ có thể vào được xứ Ca-na-an là nơi đượm sữa và mật. Dân sự nhận luật pháp trực tiếp từ Môi-se, song họ đã không giữ giao ước đó của Đức Chúa Trời và đã phạm nhiều tội kể cả tội thờ thần tượng và ngoại tình. Rốt cuộc hầu hết họ đều chết trong tội lỗi mình trong bốn mươi năm nơi đồng vắng.

Sách Phục Truyền đã chép lại theo y như những lời giảng cuối cùng của Môi-se, đi sâu vào những giao ước và luật pháp của Đức Chúa Trời. Khi hầu hết thế hệ đầu tiên của cuộc xuất hành đã chết ngoại trừ Giô-suê và Ca-lép, và đến lúc Môi-se phải rời khỏi dân sự I-sơ-ra-ên, người khuyên giục thế hệ thứ hai và thứ ba của cuộc Xuất Hành hãy hết lòng yêu mến Đức Chúa Trời và vâng phục mạng lệnh của Ngài.

Vậy, hỡi I-sơ-ra-ên, bây giờ Giê-hô-va Đức Chúa Trời ngươi đòi ngươi điều chi? Há chẳng phải đòi ngươi kính sợ Giê-hô-va, Đức Chúa Trời ngươi, đi theo các đạo Ngài, hết lòng hết ý kính mến và phục sự Giê-hô-va, Đức Chúa Trời ngươi, giữ các điều răn và luật lệ của Đức Giê-hô-va, mà ta đã truyền cho ngươi ngày nay, để ngươi được phước? (Phục Truyền 10:12-13)

Đức Chúa Trời đã ban luật pháp cho họ vì Ngài muốn họ sẵn sàng vâng theo từ tấm lòng mình để chứng thực tình yêu của họ đối với Đức Chúa Trời qua sự vâng phục của mình. Đức Chúa Trời chẳng hề muốn giới hạn hay trói buộc họ bởi luật pháp, song Ngài muốn thừa nhận tấm lòng vâng phục của họ để ban phước cho.

Các lời ta truyền cho ngươi ngày nay sẽ ở lại trong lòng ngươi, khá ân cần dạy dỗ điều đó cho con cái ngươi, và phải nói đến, hoặc khi ngươi ngồi trong nhà, hoặc khi ngươi đi ngoài đường, hoặc lúc ngươi nằm, hay là khi chỗi dậy. Khá buộc nó trên tay mình như một dấu, và nó sẽ ở giữa hai con mắt ngươi như ấn chỉ; cũng phải viết các lời đó trên cột nhà, và trên cửa ngươi (Phục Truyền 6:6-9).

Qua những câu nầy, Đức Chúa Trời đã bảo cùng họ về cách phải giữ luật pháp trong lòng mình như thế nào, cách dạy dỗ và thực hành luật pháp đó. Qua nhiều thời đại, những mạng lệnh và qui định của Đức Chúa Trời như đã được chép trong Năm Sách của Môi-se, đến nay vẫn còn được ghi nhớ và làm theo, song những mục tiêu tuân thủ chỉ thể hiện bên ngoài.

Luật Pháp và Lời Truyền Khẩu Của Các Trưởng Lão

Ví dụ, luật pháp phán truyền rằng ngày Sa-bát phải được giữ để làm nên ngày thánh, các trưởng lão đã chỉnh lý theo rất nhiều phong tục riêng biệt để có thể luận ra sự tuân thủ những điều răn bảo, như cấm đoán việc sử dụng cửa tự động, thang máy, thang cuốn và việc mở các thư từ kinh doanh, giấy thông hành, và các bưu kiện. Những lời truyền khẩu của các trưởng lão đã xuất hiện như thế nào?

Khi Đền Thờ của Đức Chúa Trời bị phá hủy và dân sự I-sơ-ra-ên bị bắt làm phu tù tại Ba-bi-lon, họ nghĩ rằng việc nầy là do họ đã lơ là trong việc phụng sự Đức Chúa Trời cách trọn lòng. Họ cần phải phụng sự Đức Chúa Trời cách thích đáng hơn và áp dụng luật pháp vào những hoàn cảnh đã thay đổi theo thời gian, vì vậy họ đã có nhiều sự chỉnh lý khắt khe.

Những sự chỉnh lý nầy đã thiết lập nên một quan điểm phụng sự Đức Chúa Trời cách toàn tâm toàn ý. Nói cách khác, họ đã lập ra rất nhiều sự chỉnh lý khắt khe nhằm cụ thể hóa mọi khía cạnh của đời sống hầu cho họ có thể tuân giữ luật pháp trong cuộc sống hàng ngày của mình.

Đôi khi những chỉnh lý khắt khe đóng vai trò bảo vệ luật pháp. Song, thời gian trôi qua họ đã sai lệch trong việc nắm giữ ý nghĩa đích thực trong luật pháp và áp đặt vào đó tầm quan trọng lớn lao hơn trên việc bày tỏ ra bên ngoài của sự tuân thủ luật pháp. Trong đường lối nầy họ đã trở nên sai lệch khỏi ý nghĩa đích thực của luật pháp.

Đức Chúa Trời nhìn thấy và chấp nhận tấm lòng của mỗi người trong việc tuân giữ luật pháp hơn là việc nhấn mạnh tầm quan trọng của việc thể hiện ra bên ngoài qua sự quan sát luật pháp bởi việc làm. Vì vậy, Ngài đã dựng nên luật pháp để tìm kiếm những kẻ thật sự tôn kính Ngài, và ban phước cho những kẻ vâng phục Ngài. Mặc dù có nhiều người trong thời Cựu Ước dường như vâng giữ luật pháp, đồng thời cũng có nhiều người đã vi phạm đến nó.

"Ước gì trong các ngươi, có một người đóng các cửa, hầu cho các ngươi không nhen lửa vô ích nơi bàn thờ ta. Đức Giê-hô-va vạn quân phán: Ta chẳng lấy làm vui lòng nơi các ngươi, và ta chẳng nhận nơi tay các ngươi một của dâng nào hết" (Ma-la-chi 1:10).

Khi các thầy kinh luật và các trưởng lão vu khống để chống lại Chúa Giê-su và buộc tội các môn đệ Ngài, việc ấy không bởi Chúa Giê-su và các môn đệ Ngài không tuân thủ luật pháp, mà là tại bởi họ đã vi phạm đến lời truyền khẩu của các trưởng lão. Điều nầy đã mô tả khá rõ trong Phúc Âm Ma-thi-ơ.

Đức Chúa Trời mà Người I-sơ-ra-ên Tin Cậy

Sao môn đồ thầy phạm lời truyền khẩu của người xưa?
Vì họ không rửa tay trước khi ăn (Ma-thi-ơ 15:2).

Lúc bấy giờ Chúa Giê-su đã khai sáng họ về thực tế rằng chẳng phải các điều răn của Đức Chúa Trời đã bị vi phạm, mà bèn là các phong tục của các trưởng lão đã bị phá vỡ. Đương nhiên, việc vâng giữ luật pháp bằng hành động bên ngoài là điều quan trọng, song việc nhận biết tiên chỉ đích thực của Đức Chúa Trời gắn liền trong luật pháp lại là điều quan trong hơn nhiều.

Đức Chúa Giê-su đáp lời cùng họ rằng,

Còn các ngươi sao cũng vì cớ lời truyền khẩu mình mà phạm điều răn của Đức Chúa Trời. Vì Đức Chúa Trời đã truyền điều răn nầy: Phải hiếu kính cha mẹ ngươi; lại, điều nầy: Ai mắng nhiếc cha mẹ thì phải chết. Nhưng các ngươi lại nói rằng: Ai nói cùng cha mẹ rằng: Những điều mà tôi có thể giúp cha mẹ đã dâng cho Đức Chúa Trời rồi, thì người ấy không cần phải hiếu kính cha mẹ. Như vậy các ngươi đã vì lời truyền khẩu mình mà bỏ lời Đức Chúa Trời (Ma-thi-ơ 15:3-6).

Trong những câu sau, Chúa Giê-su cũng nói rằng,

Hỡi kẻ giả hình, Ê-sai đã nói tiên tri về các ngươi phải lắm, mà rằng: "Dân nầy lấy môi miếng mà thờ kính ta; nhưng lòng chúng nó xa ta lắm. Sự chúng nó thờ lạy ta là vô ích, vì chúng nó dạy theo những điều răn mà chỉ bởi người ta đặt ra" (Ma-thi-ơ 15:7-9).

Ngài gọi đoàn dân đến rồi phán cùng họ rằng,

Hãy nghe và hiểu. Chẳng phải điều chi vô từ miệng làm dơ dáy người; nhưng điều chi ở miệng ra, ấy mới là điều làm dơ dáy người vậy! (Ma-thi-ơ 15:10-11)

Con cái Đức Chúa Trời nên kính trọng cha mẹ mình như đã chép trong Mười Điều Răn. Song người Pha-ri-si dạy dỗ dân chúng rằng những người con phụng sự cha mẹ qua việc chu cấp của cải có thể được miễn trừ nếu của cải chúng được tuyên bố rằng sẽ dâng lên cho Đức Chúa Trời. Họ đã làm nên rất nhiều sự chỉnh lý chi tiết mọi khía cạnh trong đời sống với những chi tiết nhỏ nhặt đến nỗi thậm chí những Người Ngoại không dám vâng giữ một cách hoàn toàn những lời truyền khẩu ra từ các trưởng lão, họ cho rằng mình đã làm rất tốt với tư cách là tuyển dân của Đức Chúa Trời.

Đức Chúa Trời I-sơ-ra-ên Tin Cậy

Khi Chúa Giê-su chữa lành những người bệnh trong ngày Sa-bát, người Pha-ri-si buộc tội Ngài đã phạm đến luật ngày Sa-bát. Một ngày nọ Chúa Giê-su vào nhà hội thấy có một người nam teo bàn tay đứng trước những người Pha-ri-si. Đức Chúa Giê-su cố ý thức tỉnh họ mà hỏi rằng:

Đức Chúa Trời mà Người I-sơ-ra-ên Tin Cậy

Trong ngày Sa-bát nên làm việc lành hay việc dữ, cứu người hay giết người? (Mác 3:4)

Ai trong vòng các ngươi có một con chiên, nếu đương ngày Sa-bát, bị té xuống hầm, thì há không kéo nó lên sao? Huống chi người ta trọng hơn con chiên là dường nào! Vậy, trong ngày Sa-bát có phép làm việc lành (Ma-thi-ơ 12:11-12).

Bởi vì người Pha-ri-si trước đây đã đầy dẫy những khuôn khổ của luật pháp được hình thành trong lời truyền khẩu của các trưởng lão và những tư tưởng cá nhân và những phong tục của cuộc sống, họ không những thất bại trong việc nhận biết tiên chỉ của Đức Chúa Trời gắn liền với luật pháp, mà còn thất bại trong việc nhận biết Chúa Giê-su, Đấng đã đến thế gian để làm Cứu Chúa.

Đức Chúa Giê-su thường chỉ trích, khuyên giục họ ăn năn và xoay bỏ những việc làm sai trật. Ngài quở trách họ vì họ đã lơ là mục đích chân thực của Đức Chúa Trời đối với luật pháp mà Ngài đã trao cho, họ thay đổi và bị sa lầy trong việc tuân thủ luật pháp bằng việc làm thể hiện ra bên ngoài.

Khốn cho các ngươi, thầy thông giáo và người Pha-ri-si, là kẻ giả hình! Vì các ngươi nộp một phần mười hồi hương, và rau cần, mà bỏ điều hệ trọng hơn hết trong luật páp, là sự công bình, thương xót và trung tín; đó là những điều các ngươi phải làm, mà cũng không nên bỏ sót những điều kia (Ma-thi-ơ 23:23).

Khốn cho các ngươi, thầy thông giáo và người Pha-ri-si, là kẻ giả hình! Vì các ngươi rửa bề ngoài chén và mâm, nhưng ở trong thì đầy dẫy sự ăn cướp cùng sự quá độ (Ma-thi-ơ 23:25).

Dân tộc I-sơ-ra-ên, những kẻ bị Đế quốc La Mã cai trị, hình dung trong trí rằng Đấng Mê-si-a sẽ đến với họ trong uy quyền và tôn kính và là Đấng có thể giải phóng họ khỏi bàn tay của những kẻ áp bức, và họ sẽ cai trị trên mọi nước, mọi dân.

Trong khi đó Người được sinh ra là một Người thợ mộc; bầu bạn cùng những kẻ bị ruồng bỏ, bệnh tật, và những kẻ tội lỗi; Người gọi Đức Chúa Trời là "Cha," và tuyên bố rằng Ngài là ánh sáng của thế gian. Khi Ngài quở trách họ về tội lỗi, những kẻ tuân thủ luật pháp với tiêu chuẩn riêng của mình, tự cho mình là những người công chính, đã bị lời Ngài làm cho đau nhói trong lòng và chúng đã đóng Ngài cách vô cớ.

Đức Chúa Trời Muốn Chúng Ta Yêu Thương và Tha Thứ

Người Pha-ri-si đã tuân thủ cách trọn vẹn những qui định của Đạo Do Thái và xem những phong tục cùng những lời truyền khẩu đã có từ lâu cũng có giá trị như chính đời sống của họ. Họ

Đức Chúa Trời mà Người I-sơ-ra-ên Tin Cậy

cư xử với những kẻ thâu thuế, những kẻ làm việc cho Đế Quốc La Mã, như những kẻ tội lỗi và luôn tránh né họ.

Khởi đầu trong Ma-thi-ơ 9:10 có chép rằng, Chúa Giê-su đến bên bàn của một kẻ thâu thuế có tên là Ma-thi-ơ, có nhiều người thâu thuế cùng những kẻ có tội cùng ăn tối với Chúa Giê-su và các môn đệ Ngài. Khi người Pha-ri-si thấy vậy, chúng nói cùng môn đồ Ngài rằng, "Làm sao thầy các ngươi ngồi ăn chung với người thâu thuế và kẻ xấu nết vậy?" Khi Chúa Giê-su nghe chúng buộc tội các môn đệ mình, Ngài giải thích với chúng về tấm lòng của Đức Chúa Trời. Đức Chúa Trời ban tình yêu và vô hạn và sự thương xót của Ngài đến cho mọi người là những kẻ thật lòng ăn năn tội lỗi mình và xoay khỏi chúng.

Ma-thi-ơ 9:12-13 tiếp lời, *"Đức Chúa Giê-su nghe điều đó, bèn phán rằng: Chẳng phải là người khỏe mạnh cần thầy thuốc đâu, song là người có bịnh. Hãy đi và học cho biết câu nầy nghĩa là gì: Ta muốn sự thương xót, nhưng chẳng muốn của lễ. Vì ta đến đây không phải để kêu kẻ công bình, song kêu kẻ có tội."*

Khi những kẻ gian ác ở thành Ni-ve phạm tội, Đức Chúa Trời toan hủy diệt thành ấy. Nhưng trước khi điều ấy xảy ra, Ngài đã sai tiên tri Ngài là Giô-na đến thông báo cho họ ăn năn tội lỗi mình. Dân sự khắp thành đã kiêng ăn và hết lòng ăn năn tội lỗi mình, Đức Chúa Trời đã không giáng họa để hủy diệt chúng. Thế nhưng, chính người Pha-ri-si đã nghĩ rằng đối với những kẻ vi phạm luật pháp thì không thể tránh khỏi sự đoán xét. Phần quan trọng nhất của luật pháp là tình yêu không dời đổi và sự tha thứ, song người Pha-ri-si cho rằng xét đoán một người nào đó là điều phải lẽ và có giá trị hơn là tha thứ anh ta bằng tình yêu.

Đồng thể ấy, khi chúng ta không hiểu ý muốn của Đức Chúa Trời là Đấng đã ban luật pháp cho chúng ta, chúng ta buộc mình đoán xét mọi thứ bởi ý tưởng và luận thuyết riêng, những sự xét đoán ấy sẽ là điều sai trật và chống nghịch Đức Chúa Trời.

Tiên Chỉ Đích Thực của Đức Chúa Trời khi Ban Hành Luật Pháp

Đức Chúa Trời đã tạo nên trời và đất cùng muôn vật trong đó và tạo dựng nên con người với mục đích có được những con cái chân thật là những kẻ có tấm lòng giống Ngài. Với mục đích nầy, Đức Chúa Trời đã phán cùng dân sự Ngài *"Hãy nên thánh, vì ta là thánh"* (Lê-vi Ký 11:44). Ngài muốn rằng chúng ta không chỉ kính sợ Ngài bởi hình thức bề ngoài khi chúng ta không tin kính, song trở nên không tì vết bằng cách quăng xa mọi điều ác trong lòng.

Trong thời Chúa Giê-su, người Pha-ri-si và các thầy thông giáo rất chú trọng đến việc dâng hiến và sự tuân thủ luật pháp qua việc làm, hơn là việc thanh tẩy tấm lòng. Đức Chúa Trời lấy làm vui thích với những tấm lòng tan vỡ và ăn năn thống hối hơn là của lễ (Thi Thiên 51:16-17), vì vậy, Ngài đã ban luật pháp cho chúng ta hầu cho chúng ta biết ăn ăn tội lỗi mình và xoay bỏ chúng qua luật pháp.

Tiên Chỉ Đích Thực của Đức Chúa Trời Đóng Ấn trong Luật Pháp của Cựu Ước

Điều nầy không phải ra bởi việc làm của dân sự I-sơ-ra-ên về sự tuân giữ luật pháp chẳng hề hàm chứa tình yêu thương của Đức Chúa Trời. Song điều quan trọng nhất mà Ngài muốn họ làm ấy là việc thánh hóa tấm lòng và Ngài đã quở nặng họ qua Tiên Tri Ê-sai.

Đức Giê-hô-va phán: "Muôn vàn của lễ các ngươi nào có can hệ gì đến ta? Ta đã chán chê của lễ thiêu bằng chiên đực và mỡ bò con mập. Ta chẳng đẹp lòng về huyết của bò đực, chiên con và dê đực đâu. Khi các ngươi đến chầu trước mặt ta, ai khiến các ngươi giày đạp hành lang ta? Thôi đừng dâng của lễ chay vô ích cho ta nữa! Ta gớm ghét mùi hương, ngày trăng mới, ngày sa-bát cùng sự rao nhóm hội; ta chẳng khứng chịu tội ác hội hiệp nơi lễ trọng thể" (Ê-sai 1:11-13).

Ý nghĩa đích thực của việc tuân theo luật pháp không cốt bởi việc làm bên ngoài mà bèn là bởi tấm lòng sẵn sàng từ bên trong. Vậy, Đức Chúa Trời chẳng đẹp lòng với muôn vàn của lễ chỉ dâng lên bởi thói quen và chỉ là việc làm bề ngoài để bước vào nơi thánh. Không kể đến bao nhiêu của lễ mà họ dâng lên theo luật pháp, Đức Chúa Trời chẳng đẹp lòng vì lòng của họ không theo ý muốn Ngài.

Đối với sự cầu nguyện của chúng ta cũng vậy. Trong sự cầu nguyện, hành động cầu nguyện là điều không quan trọng song thái độ trong lời cầu nguyện là điều quan trọng hơn nhiều. Một trước giả Thi Thiên đã nói trong Thi Thiên 66:18, *"Nếu lòng*

Đức Chúa Trời mà Người I-sơ-ra-ên Tin Cậy

tôi có chú về tội ác, ắt Chúa chẳng nghe tôi."

Đức Chúa Trời cho mọi người biết qua Chúa Giê-su rằng Ngài chẳng đẹp lòng với những lời cầu nguyện giả hình và khoe khoang, song chỉ đối với những lời cầu nguyện chân thành tự đáy lòng.

Khi các ngươi cầu nguyện, đừng làm như bọn giả hình; vì họ ưa đứng cầu nguyện nơi nhà hội và góc đường, để cho thiên hạ đều thấy. Quả thật, ta nói cùng các ngươi, bọn đó đã được phần thưởng của mình rồi. Song khi các ngươi cầu nguyện, hãy vào phòng riêng, đóng cửa lại, rồi cầu nguyện Cha ngươi, ở nơi kín nhiệm đó; và Cha ngươi là Đấng thấy trong chỗ kín nhiệm, sẽ thưởng cho ngươi (Ma-thi-ơ 6:5-6).

Điều tương tự xảy ra khi chúng ta ăn ăn tội lỗi mình, Đức Chúa Trời không muốn chúng ta xé áo và than khóc trong bụi tro nhưng hãy xé lòng mình mà ăn năn tội lỗi. Tự thân công việc ăn năn là điều chẳng quan trọng, song khi chúng ta ăn năn tội lỗi mình tự đáy lòng và từ bỏ chúng, Đức Chúa Trời thừa nhận sự ăn năn của chúng ta.

Đức Giê-hô-va phán: "Bây giờ hãy hết lòng trở về cùng ta, kiêng ăn, khóc lóc và buồn rầu. Hãy xé lòng các ngươi, và đừng xé áo các ngươi, Khá trở lại cùng Đức Giê-hô-va Đức Chúa Trời các ngươi; vì Ngài là nhân từ và hay thương xót, chậm giận và giàu ơn, đổi ý về sự tai vạ" (Giô-ên 2:12-13).

Nói cách khác, Đức Chúa Trời muốn thừa nhận tấm lòng những kẻ làm theo luật pháp hơn là công việc tuân thủ nó. Điều nầy được mô tả trong Kinh Thánh là "cắt bì lòng." Chúng ta có thể cắt bì thân thể chúng ta bằng cách cắt bỏ bao qui đầu, trong khi đó chúng ta có thể cắt bì lòng mình qua việc làm tương tự đối với tấm lòng chúng ta.

Sự Cắt Bì Lòng mà Đức Chúa Trời Mong Muốn

Sự cắt bì lòng cụ thể muốn nói đến điều gì? Điều nầy đề cập đến "việc cắt bỏ và quăng xa mọi điều ác kể cả ganh ghét, đố ky, nóng nảy, ác tưởng, ngoại tình, suy nghĩ sai lệch, lừa dối, đoán xét, và sự buộc tội trong lòng." Khi chúng ta cắt bỏ tội lỗi và những điều ác ra khỏi lòng mình và tuân theo luật pháp, Đức Chúa Trời chấp nhận điều đó như một sự vâng phục hoàn toàn.

Hỡi các ngươi là người Giu-đa và dân cư Giê-ru-sa-lem, hãy tự cắt bì mình cho Đức Giê-hô-va, và cất dương bì khỏi lòng ngươi! Bằng chẳng vậy, cơn giận ta sẽ phừng lên như lửa, đốt cháy các ngươi, không ai dập tắt được, vì việc ác các ngươi đã làm (Giê-rê-mi 4:4).

Vậy hãy trừ sự ô uế của lòng mình đi, chớ cứng cổ nữa (Phục Truyền 10:16).

Ê-díp-tô, Giu-đa, Ê-đôm, con cháu của A-môn, Mô-áp

và hết thảy những dân cạo tóc màng tang và ở nơi đồng vắng. Vì mọi dân tộc đều không cắt bì, còn cả nhà I-sơ-ra-ên chẳng cắt bì trong lòng (Giê-rê-mi 9:26).

Giê-hô-va Đức Chúa Trời ngươi sẽ cất sự ô uế khỏi lòng ngươi và khỏi dòng dõi ngươi, để ngươi hết lòng hết ý kính mến Giê-hô-va Đức Chúa Trời ngươi, hầu cho ngươi được sống (Phục Truyền 30:6).

Vì vậy, Cựu Ước thường khuyên giục chúng ta cắt bì lòng mình, vì chỉ những kẻ cắt bì lòng mình mới có thể hết lòng hết trí yêu kính Đức Chúa Trời.

Đức Chúa Trời muốn con cái Ngài nên thánh trọn vẹn. Trong Sáng Thế 17:1, Ngài phán cùng Áp-ra-ham rằng "hãy trọn vẹn," và trong Lê-vi Ký 19:2, Ngài truyền lệnh cho dân sự I-sơ-ra-ên "hãy nên thánh."

Giăng 10:35 chép rằng, *"Nếu luật pháp gọi những kẻ được lời Đức Chúa Trời phán đến là các thần, (và nếu Kinh Thánh không thể bỏ được),"* và 2 Phi-e-rơ 1:4 có chép, *"Bởi vinh hiển nhân đức ấy, Ngài lại ban lời hứa rất quí rất lớn cho chúng ta, hầu cho nhờ đó anh em được lánh khỏi sự hư nát của thế gian bởi tư dục đến, mà trở nên người dự phần bổn tánh Đức Chúa Trời."*

Trong thời Cựu Ước, người ta được cứu bởi việc làm của sự tuân thủ theo pháp luật, trong khi đó, thời Tân Ước chúng ta có thể được cứu bởi đức tin nơi Chúa Giê-su Christ là Đấng đã làm trọn luật pháp bởi tình yêu thương. Sự cứu rỗi bởi việc làm, trong thời Cựu Ước, là điều có thể khi người ta có những ước muốn tội lỗi giết người, thù ghét, phạm tội ngoại tình, và nói dối, song không phạm đến chúng bằng hành động. Trong thời Cựu Ước, Đức Thánh Linh không ngự trong họ và họ có thể quăng xa những thèm khát tội lỗi mình bởi sức riêng của chính họ. Vì vậy khi họ không phạm tội qua việc thể hiện qua hành động ra bên ngoài, thì họ không bị coi là những kẻ có tội.

Tuy nhiên, trong thời Tân Ước, chúng ta chỉ có thể được cứu khi chúng ta cắt bì lòng mình bởi đức tin. Đức Thánh Linh cho chúng ta biết về tội lỗi, công chính, và sự đoán xét và vùa giúp chúng ta sống theo lời Đức Chúa Trời, vì vậy chúng ta có thể quăng xa những sự giả dối, bản tính tội lỗi và cắt bì lòng mình.

Sự cứu rỗi bởi đức tin nơi Chúa Giê-su không thể có được một cách đơn giản khi chúng ta biết và tin rằng Chúa Giê-su Christ là Đấng Cứu Thế. Chỉ khi nào chúng ta quăng xa mọi điều ác ra khỏi lòng mình vì cớ chúng ta yêu mến Đức Chúa Trời và bước đi trong lẽ thật bởi đức tin, Ngài sẽ xem điều nầy là đức tin thật và không đưa dẫn chúng ta bước vào sự cứu rỗi trọn vẹn, mà còn đến với con đường phước hạnh lạ lùng.

Làm Thể Nào Để Đẹp Lòng Đức Chúa Trời

Lẽ đương nhiên rằng con cái Đức Chúa Trời sẽ không phạm

tội bằng việc làm. Và cũng là lẽ thường khiến họ quăng xa những điều giả dối và thèm khát tội lỗi ra khỏi lòng mình và trở nên giống với sự thánh khiết của Đức Chúa Trời. Nếu chúng ta không phạm tội trong việc làm song ấp ủ những ước muốn tội lỗi bên trong chúng ta là điều mà Đức Chúa Trời không lấy làm đẹp lòng, thì chúng ta không được xem là công chính trước mặt Ngài.

Vì vậy có lời chép trong Ma-thi-ơ 5:27-28, *"Các ngươi có nghe lời phán rằng: Ngươi chớ phạm tội tà dâm. Song ta phán cho các ngươi biết: Hễ ai ngó đàn bà mà động lòng ham muốn, thì trong lòng đã phạm tội tà dâm cùng người rồi."*

Và có lời chép trong 1 Giăng 3:15, *"Ai ghét anh em mình là kẻ giết người; anh em biết rằng chẳng một kẻ giết người có sự sống đời đời ở trong mình."* Câu Kinh Thánh nầy thúc giục chúng ta loại bỏ sự thù ghét ra khỏi lòng mình.

Chúng phải đối xử với kẻ thù mình như thế nào cho đẹp lòng Đức Chúa Trời?

Luật pháp của thời Cựu Ước bảo chúng ta rằng, "Răng đến răng, mắt đến mắt." Nói cách khác, luật pháp cho biết rằng, *"Người ta sẽ làm cho người ấy đồng một thương vít như chính người đã làm cho người khác"* (Lê-vi Ký 24:20). Điều nầy là để ngăn ngừa việc người nầy làm tổn thương người khác bằng những qui định nghiêm khắc. Ấy là vì Đức Chúa Trời biết loài người sẽ tìm cách đáp trả người khác nhiều hơn những gì mà anh ta đã phải chịu, bởi sự gian ác của mình.

Vua Đa-vít được khen ngợi là một người có tấm lòng giống Đức Chúa Trời. Khi Vua Sau-lơ tìm cách sát hại người, Đa-vít đã không đáp trả lại bất kỳ một điều ác nào mặc dù Vua Sau-lơ đã rất gian ác đối với người, song đã cư xử tử tế với Vua cho đến cuối cùng. Đa-vít đã nhận biết ý nghĩa đích thực được đóng ấn trong luật pháp và cố gắng sống theo lời Đức Chúa Trời.

Chớ báo thù, chớ giữ sự báo thù cùng con cháu dân sự mình; nhưng hãy yêu thương kẻ lân cận ngươi như mình: Ta là Đức Giê-hô-va (Lê-vi Ký 19:18).

Khi kẻ thù nghịch con sa ngã, chớ vui mừng; lúc nó bị đánh đổ, lòng con đừng hớn hở (Châm Ngôn 24:17).

Nếu kẻ thù nghịch con đói, hãy cho nó ăn; nếu có khát, hãy cho nó uống (Châm Ngôn 25:21).

Các ngươi có nghe lời phán rằng: "Hãy yêu người lân cận,, và hãy ghét kẻ thù nghịch mình. Song ta nói cùng các ngươi rằng: Hãy yêu kẻ thù nghịch và cầu nguyện cho kẻ bắt bớ các ngươi (Ma-thi-ơ 5:43-44).

Theo phân đoạn trên, nếu chúng ta dường như tuân theo luật pháp song không tha thứ cho kẻ gây khó khăn cho mình, Đức Chúa Trời chẳng thể đẹp lòng với chúng ta. Ấy là vì Đức Chúa Trời đã bảo cùng chúng ta rằng hãy yêu kẻ thù nghịch mình. Khi tuân theo luật pháp và tuân thủ nó với tấm lòng mà Đức Chúa

Trời muốn chúng ta có, chúng ta có thể được xem là vâng phục lời Chúa cách trọn vẹn.

Luật Pháp, Một Dấu Ấn Tình Yêu của Đức Chúa Trời

Đức Chúa Trời của tình yêu thương muốn ban cho chúng ta những ơn phước vô hạn, song vì Ngài là Đức Chúa Trời công chính, Ngài chẳng có sự lựa chọn khác song nộp chúng ta cho ma quỉ khi chúng ta phạm tội. Ấy là tại sao có một số anh em tín hữu trong Chúa phải chịu thống khổ vì bệnh tật và gặp phải thiên tai hoạn họa khi họ không sống theo lời Đức Chúa Trời.

Đức Chúa Trời đã truyền cho chúng ta rất nhiều mạng lệnh trong tình yêu Ngài để bảo vệ chúng ta khỏi những thử thách và đau đớn. Có biết bao nhiêu lời chỉ dạy mà cha mẹ đã đưa ra cho con cái mình để giúp chúng ngăn ngừa bệnh tật và rủi ro?

"Hãy nhớ rửa tay khi trở về nhà."
"Đánh răng sau khi ăn."
"Hãy nhìn quanh khi băng qua đường."

Cùng thể ấy, Đức Chúa Trời đã dạy bảo chúng ta tuân theo những mạng lệnh và luật lệ của Ngài để chúng ta được phước trong tình yêu của Ngài (Phục Truyền 10:13). Vâng giữ và làm theo lời Đức Chúa Trời là ngọn đèn cho hành trình cuộc sống chúng ta. Bất kể sự tối tăm như thế nào, chúng ta có thể bước đi cách an toàn trong sự soi dẫn ấy, cũng giống như vậy, khi Đức Chúa Trời là sự sáng ở cùng chúng ta, chúng ta có thể được bảo vệ và vui hưởng đặc ân và ơn huệ dành cho con cái Đức Chúa Trời.

Đức Chúa Trời vui sướng biết bao khi Ngài quan phòng con cái mình là những kẻ làm theo lời Ngài với đôi mắt sáng chói và ban cho họ không cứ điều gì họ cầu xin! Vì vậy những con cái Đức Chúa Trời có thể biến đổi tấm lòng mình để trở nên trong sáng, thiện lành và ngày càng giống Đức Chúa Trời hơn khi họ vâng giữ và làm theo lời Ngài, và cảm nhận được chiều sâu của tình yêu Đức Chúa Trời và họ càng yêu mến Ngài thêm hơn.

Thế thì, luật pháp mà Đức Chúa Trời đã ban cho chúng ta giống như cuốn sách giáo khoa nói về tình yêu thương đưa ra những nguyên tắc chỉ đạo dẫn đến những ơn phước lớn nhất dành cho chúng ta là những kẻ còn đang ở trong công cuộc giáo hóa của Đức Chúa Trời trên đất nầy. Luật pháp của Đức Chúa Trời không đem lại gánh nặng cho chúng ta mà bèn là bảo vệ chúng ta khỏi mọi tai họa trong đời nầy là thứ nằm trong tay của kẻ thù là Sa-tan và ma quỉ, và luật pháp hướng dẫn chúng ta đến với con đường phước hạnh.

Chúa Giê-su Làm Trọn Luật Pháp Bởi Tình Yêu Thương

Trong Phục Truyền 19:19-21 chúng ta có thể thấy rằng vào thời Cựu Ước, khi người ta phạm tội bằng mắt, thì mắt của họ phải móc ra. Khi phạm tội bằng tay hoặc chân, thì chân hoặc tay đó phải bị chặt bỏ. Khi phạm tội giết người hay tà dâm, thì phải

Đức Chúa Trời mà Người I-sơ-ra-ên Tin Cậy

bị ném đá cho đến chết.

Thánh luật cho chúng ta biết rằng công giá của tội lỗi là sự chết. Vì vậy Đức Chúa Trời nghiêm trị những kẻ phạm tội không thể tha thứ, để qua đó Ngài muốn cảnh báo những người khác chớ phạm tội giống như vậy.

Song Đức Chúa Trời của tình yêu thương không hoàn toàn hài lòng với loại đức tin mà người ta phải bị sa vào luật pháp mà nói rằng, "Răng đến răng, mắt đến mắt." Thay vào đó, Ngài nhiều lần nhấn mạnh trong Cựu Ước rằng họ nên cắt bì lòng mình. Ngài không muốn dân sự Ngài cảm thấy đau đớn vì cớ luật pháp, vậy nên khi đến kỳ đã định, Ngài đã sai Chúa Giê-su đến thế gian và để cho Người gánh thay hết mọi tội lỗi của nhân loại và làm trọn luật pháp bởi tình yêu thương.

Không có thập hình của Chúa Giê-su, chúng ta phải bị chặt tay và chân khi phạm tội bằng chân và tay. Song Chúa Giê-su đã mang lấy thập tự giá và đổ huyết báu Ngài bởi phải chịu đóng đinh xuyên qua tay và chân để rửa hết mọi tội lỗi mà chúng ta đã phạm qua tay và chân. Ngày nay với tình yêu thương lớn lao nầy của Đức Chúa Trời, chúng ta không phải cắt bỏ tay chân của mình khi phạm tội nữa.

Đức Chúa Giê-su với Đức Chúa Trời của tình yêu thương là một, đã đến thế gian nầy để làm trọn luật páp bởi tình yêu thương. Đức Chúa Giê-su đã sống mẫu mực về sự giữ trọn luật pháp của Đức Chúa Trời.

Dẫu vậy, cho dù Ngài giữ trọn luật pháp, Ngài chẳng hề buộc

122

Thức Tỉnh I-sơ-ra-ên

tội những kẻ lơ là trong việc vâng giữ pháp luật mà rằng, "Ngươi đã phạm đến pháp luật, và đang đi đến sự chết." Thay vì, ngày đêm Ngài đã dạy dỗ cho con người về lẽ thật hầu cho thậm chí thêm một linh hồn nữa ăn năn tội lỗi mình và được cứu rỗi, Ngài đã làm việc không ngừng nghỉ, chữa lành, giải thoát cho những kẻ bị xiềng xích bởi bệnh tật, đau yếu và bị quỉ ám.

Tình yêu của Chúa Giê-su đã được mô tả hết sức đặc biệt khi có một người nữ bị bắt quả tang đương lúc phạm tội ngoại tình, đã bị các thầy thông giáo và người Pha-ri-si mang đến cho Chúa Giê-su. Trong chương tám của sách Phúc Âm Giăng, các thầy thông giáo và người Pha-ri-si mang người nữ ấy đến cho Ngài mà hỏi rằng, *"Vả, trong luật pháp của Môi-se có truyền cho chúng ta rằng nên ném đã những hạng người như vậy; còn thầy, thì nghĩ sao?"* (c. 5) Vậy, Đức Chúa Giê-su đáp rằng, *"Ai trong các ngươi là người không phạm tội, hãy trước nhất ném đá vào người"* (c. 7).

Ngài hỏi như vậy là để thức tỉnh họ rằng không những người đàn bà nầy mà còn chính họ, những kẻ cáo buộc người nữ ấy về tội tà dâm và đang cố tìm cách buộc tội Chúa Giê-su, cũng là những tội nhân trước mặt Đức Chúa Trời, và do đó không ai dám xét đoán kẻ khác. Khi nghe đến điều nầy, chúng bị bắt phục bởi lương tâm mình rồi lần lượt bỏ đi, bắt đầu từ người cao tuổi nhất cho đến cuối cùng. Chúng để Chúa Giê-su lại một mình cùng người nữ.

Chúa Giê-su chẳng còn thấy ai ngoài người nữ ấy, Ngài hỏi rằng, *"Hỡi mụ kia, những kẻ cáo ngươi ở đâu? Không ai định tội ngươi sao?"* (c. 10) Người thưa, *"Lạy Chúa không ai hết."* Đức Chúa Giê-su phán rằng, *"Ta cũng không định tội ngươi, hãy đi, đừng phạm tội nữa"* (c. 11).

Khi người nữ ấy bị điệu đi, tội không thể tha của người bị lộ ra, người bị cơn sợ hãi kinh khủng vây hãm. Vậy, khi được Chúa Giê-su tha tội cho, chúng ta có thể hình dung nước mắt người đã tuôn ra như thế nào từ cảm xúc sâu thẳm và lòng biết ơn! Mỗi khi nhớ lại sự tha thứ nầy cùng tình yêu của Chúa Giê-su, người sẽ chẳng dám phạm đến luật pháp cũng chẳng dám phạm tội nữa. Sự nầy đã trở nên có thể vì người đã gặp được Chúa Giê-su là Đấng làm trọn luật pháp bởi tình yêu thương.

Chúa Giê-su làm trọn luật pháp bởi tình yêu thương không chỉ cho người nữ nầy mà còn cho hết thảy mọi người. Ngài chẳng hề tiếc mạng sống mình mà hy sinh trên thập tự cho chúng ta là những tội nhân, với tấm lòng của những đấng sinh thành chẳng tiếc mạng sống để cứu con mình đang chết đuối.

Chúa Giê-su vô tội, không tì vết và là Con độc sanh của Đức Chúa Trời, song Ngài đã mang hết những nỗi đau không kể xiết, đổ hết huyết và nước trên thập tự, Ngài hy sinh mạng sống cho chúng ta là những kẻ có tội. Thập Hình của Ngài là khoảnh khắc cảm động nhất của sự làm trọn tình yêu lớn lao nhất trong suốt lịch sử nhân loại.

Khi năng quyền tình yêu nầy của Ngài ngự vào chúng ta, chúng ta sẽ nhận được sức lực để giữ trọn luật pháp và có thể làm trọn luật pháp bởi tình yêu thương như Chúa Giê-su đã làm.

Nếu Chúa Giê-su không làm trọn luật pháp bởi tình yêu thương thay vì chỉ dùng luật pháp đoán xét và buộc tội mọi người và ngoảnh mặt khỏi những kẻ có tội, thử hỏi có mấy người ở thế gian nầy có thể được cứu? Như Kinh Thánh có chép, *"Chẳng có một người công bình nào hết, dẫu một người cũng không"* (Rô-ma 3:10), không ai có thể được cứu.

Thế thì, con cái Đức Chúa Trời là những kẻ đã được tha tội bởi tình yêu vô đối của Ngài, không chỉ nên yêu mến Ngài qua việc giữ trọn mọi mạng lệnh mà Ngài đã phán truyền với tấm lòng khiêm nhường mà còn yêu những người lân cận mình như yêu chính mình và tha thứ cho họ.

Những Kẻ Xét Đoán và Buộc Tội Người Khác Bởi Luật Pháp

Chúa Giê-su làm trọn luật pháp bởi tình yêu thương và trở thành Chúa Cứu Thế của toàn nhân loại, song những người Pha-ri-si, các thầy thông giáo và thầy dạy luật thì đã làm gì? Họ khăng khăng tuân giữ luật pháp bằng việc làm hơn là thanh tẩy tấm lòng mình như điều Đức Chúa Trời ưa muốn, song họ cứ tưởng rằng mình đã hoàn toàn tuân theo luật pháp. Thêm vào đó, họ chẳng tha thứ cho những kẻ không làm theo luật pháp mà chỉ xét đoán và buộc tội họ.

Song, Đức Chúa Trời của chúng ta chẳng hề muốn chúng ta đoán xét và buộc tội kẻ khác một cách không có tình yêu thương

Đức Chúa Trời mà Người I-sơ-ra-ên Tin Cậy

và lòng trắc ẩn. Ngài cũng chẳng muốn chúng ta phải đau khổ trong việc tuân theo luật pháp mà chẳng biết đến tình yêu thương của Đức Chúa Trời. Nếu tuân theo pháp luật mà chẳng hiểu gì về tấm lòng của Đức Chúa Trời và chẳng thực hiện điều đó với tình yêu thương, sự ấy chẳng ích gì cho chúng ta.

Dầu tôi được ơn nói tiên tri, cùng biết đủ mọi sự mầu nhiệm và mọi sự hay biết; dầu tôi có cả đức tin đến nỗi dời núi được, nhưng không có tình yêu thương, thì tôi chẳng ra gì. Dầu tôi phân phát gia tài để nuôi kẻ nghèo khó, lại bỏ thân mình để chịu đốt, song không có tình yêu thương, thì điều đó chẳng có ích chi cho tôi (1 Cô-rinh-tô 13:2-3).

Đức Chúa Trời là tình yêu, Ngài hân hoan và ban phước cho chúng ta khi chúng ta làm việc trong tình yêu thương. Trong thời Chúa Giê-su, người Pha-ri-si chẳng hề có có tình yêu thương trong lòng khi khi họ tuân thủ luật pháp qua việc làm, điều nầy chẳng có ích chi cho họ. Họ đoán xét và buộc tội kẻ khác bởi sự hiểu biết luật pháp của mình, điều nầy khiến họ xa cách Đức Chúa Trời và dẫn đến việc họ đã đóng đinh Con của Ngài.

Khi Chúng Ta Hiểu Ý Muốn Đích Thực của Đức Chúa Trời Ghi Khắc Trong Luật Pháp

Ngay trong thời Cựu Ước, đã có những tổ phụ lớn của đức tin là những người hiểu được ý muốn đích thực của Đức Chúa

Trời trong luật pháp. Những tổ phụ đức tin bao gồm Áp-ra-ham, Giô-sép, Môi-se, Đa-vít, và Ê-li không những đã tuân theo luật pháp, mà còn cố gắng hết mình để trở thành con cái đích thực của Đức Chúa Trời bởi việc sốt sắng cắt bì lòng mình.

Dẫu vậy, khi Chúa Giê-su được Đức Chúa Trời sai đến với tư cách là Chúa Cứu Thế để cho người Do Thái nhận biết Đức Chúa Trời của Áp-ra-ham, Đức Chúa Trời của I-sắc, và Đức Chúa Trời của Gia-cốp, song họ không thể nhận biết Ngài. Ấy là vì họ đã bị mù lòng vì cớ những rập khuôn từ những lời truyền khẩu của các trưởng lão và các công việc tuân thủ luật pháp.

Để chứng tỏ rằng Ngài là Con của Đức Chúa Trời, Chúa Giê-su đã làm nhiều dấu kỳ và phép lạ mà chỉ có thể bởi quyền phép của Đức Chúa Trời mới làm được. Song họ không thể nhận biết Ngài, cũng chẳng tin nhận Ngài là Đấng Mê-si-a.

Song, có sự khác biệt đối với những người Do Thái có lòng nhân từ. Khi lắng nghe sứ điệp từ Chúa Giê-su, họ tin Ngài và khi nhìn thấy những dấu kỳ cùng những phép lạ mà Chúa Giê-su đã làm, thì họ tin Đức Chúa Trời ở cùng Ngài. Trong chương ba sách Phúc Âm Giăng, có một người Pha-ri-si tên là "Ni-cô-đêm" đã đến cùng Chúa Giê-su trong một đêm nọ và thưa cùng Ngài như vầy:

Thưa thầy, chúng tôi biết thầy là giáo sư từ Đức Chúa Trời đến; vì những phép lạ thầy đã làm đó, nếu Đức Chúa Trời chẳng ở cùng, thì không ai làm được (Giăng 3:2).

Đức Chúa Trời của Tình Yêu Chờ Đợi I-sơ-ra-ên Trở Lại

Vậy tại sao hầu hết người Do Thái đã không nhận biết Chúa Giê-su là Đấng Cứu Thế đã đến thế gian? Họ đã lập nên rập khuôn về luật pháp trong ý tưởng riêng của mình mà cho rằng họ đã yêu thương và phụng sự Đức Chúa Trời, và không chấp nhận những gì không giống với rập khuôn của họ. Cho đến khi gặp Chúa Giê-su, Phao-lô đã tin chắc rằng việc tuân theo luật pháp và phong tục của các trưởng lão cách hoàn toàn ấy là yêu mến và phụng sự Đức Chúa Trời. Bởi đó ông đã không tin nhận Chúa Giê-su làm Cứu Chúa mà bèn là bắt bớ Người cùng các tín hữu. Sau khi gặp Chúa Giê-su phục sinh trên đường đến Đa-mách, rập khuôn của ông đã hoàn toàn bị phá đổ và đã trở thành một sứ đồ của Đức Chúa Giê-su Christ. Từ đó ông đã phó cuộc đời mình trong tay Chúa.

Khát vọng tuân thủ luật pháp trong sâu thẳm đáy lòng của người Do Thái là lý do mà Đức Chúa Trời đã chọn I-sơ-ra-ên làm tuyển dân Ngài. Do vậy, khi họ nhận biết ý muốn đích thực của Đức Chúa Trời khắc ghi trong luật pháp, họ sẽ yêu mến Ngài hơn bất kỳ một dân tộc nào khác và sẽ giữ lòng trung tín với Chúa trọn đời.

Khi Đức Chúa Trời dẫn dân sự I-sơ-ra-ên ra khỏi xứ Ê-díp-tô, Ngài đã ban cho họ tất cả những luật pháp và mạng lệnh qua Môi-se, và cho họ biết về những gì mà Ngài thật sự muốn họ làm. Ngài hứa cùng họ rằng nếu họ yêu mến Đức Chúa Trời, cắt bì lòng mình và sống theo tiên chỉ của Ngài, Ngài sẽ ở cùng họ và ban phước cho.

Và khi ngươi trở lại cùng Giê-hô-va Đức Chúa Trời ngươi, ngươi và con cháu ngươi hết lòng hết ý vâng theo tiếng phán của Ngài, như mọi điều ta truyền cho ngươi ngày nay, thì bấy giờ Giê-hô-va Đức Chúa Trời ngươi sẽ thương xót ngươi, đem những phu tù ngươi trở về, nhóm hiệp ngươi từ giữa các dân, là nơi Ngài tản lạc ngươi đó. Dẫu những kẻ bị đày của ngươi ở tại cuối trời, thì Giê-hô-va Đức Chúa Trời ngươi cũng sẽ từ đó nhóm hiệp ngươi lại và rút ngươi khỏi nơi đó. Giê-hô-va Đức Chúa Trời ngươi sẽ đem ngươi về xứ mà tổ phụ ngươi đã nhận được, và ngươi sẽ nhận lấy nó; Ngài sẽ làm ơn cho ngươi và gia thêm ngươi nhiều hơn tổ phụ ngươi. Giê-hô-va Đức Chúa Trời ngươi sẽ cất sự ô uế khỏi lòng ngươi và khỏi dòng dõi ngươi, để ngươi hết lòng hết ý kính mến Giê-hô-va Đức Chúa Trời ngươi, hầu cho ngươi được sống. Giê-hô-va Đức Chúa Trời ngươi sẽ đổ các lời trù ẻo nầy trên kẻ thù nghịch ngươi, trên kẻ nào ghét và bắt bớ ngươi. Còn ngươi sẽ hối cải, nghe theo tiếng phán của Đức Giê-hô-va, và làm theo các điều răn của Ngài, mà ta đã truyền cho ngươi ngày nay (Phục Truyền 30:2-8).

Như Đức Chúa Trời đã phán hứa cùng tuyển dân Ngài trong những câu Kinh Thánh trên, Ngài nhóm hiệp dân Ngài là những

Đức Chúa Trời mà Người I-sơ-ra-ên Tin Cậy

kẻ tản lạc khắp nơi trên thế giới và cho họ trở về với xứ sở mình trong vài ngàn năm, và đặt họ lên cao trên mọi dân của thế gian. Tuy vậy, I-sơ-ra-ên đã không nhận biết tình yêu thương cả thể của Đức Chúa Trời qua thập hình và ơn phước đáng kinh ngạc của Ngài trong công cuộc tạo dựng và giáo hóa nhân loại, song, I-sơ-ra-ên vẫn còn theo đuổi việc tuân thủ luật pháp và những lời truyền khẩu của các trưởng lão bằng việc làm.

Đức Chúa Trời yêu thương luôn thiết tha mong mỏi và chờ đợi họ từ bỏ đức tin bị bóp méo của mình để thay đổi mà sớm trở thành con cái đích thực của Ngài. Trước hết, họ phải mở mắt lòng mình mà tin nhận Chúa Giê-su là Đấng đã được Đức Chúa Trời sai đến làm Chúa Cứu Thế của toàn nhân loại và nhận lấy sự tha tội cho mình. Kế đến, họ phải nhận biết ý muốn đích thực của Đức Chúa Trời qua luật pháp để có được đức tin thật bởi sự siêng năng gìn giữ lời của Đức Chúa Trời qua việc cắt bì lòng mình hầu cho họ có thể đạt được sự cứu rỗi trọn vẹn.

Tôi tha thiết cầu nguyện rằng I-sơ-ra-ên sẽ sớm phục hồi ảnh tượng đã mất của Đức Chúa Trời qua đức tin đẹp lòng Chúa và trở thành con cái đích thực của Ngài hầu cho họ có thể vui hưởng trọn vẹn những ơn phước mà Đức Chúa Trời đã hứa và được ở trong sự vinh hiển đời đời nơi thiên quốc vĩnh hằng.

Khối Đá Hình Mái Vòm, Nhà Thờ Hồi Giáo Nằm giữa Thành Giê-Ru-Sa-Lem thất bại

Chương 4

Hãy Nhìn Xem và Lắng Nghe!

Gần Đến Ngày Tận Cùng Của Thế Gian

Kinh Thánh cho chúng ta biết cách tỏ tường cả về sự khởi đầu và kết cuộc của lịch sử nhân loại. Trong một vài ngàn năm trở lại đây, Đức Chúa Trời đã tỏ cùng chúng ta qua Kinh Thánh về lịch sử giáo hóa nhân loại của Ngài. Lịch sử ấy đã được bắt đầu với con người đầu tiên trên đất nầy là A-đam, và sẽ kết thúc với sự Hiện Đến Lần Thứ Hai của Chúa trên không trung.

Trên chiếc đồng hồ lịch sử giáo hóa nhân loại của Đức Chúa Trời, hiện nay là giờ thứ mấy và còn bao nhiêu ngày và giờ nữa thì đồng hồ ấy sẽ rung lên hồi chuông báo hiệu giờ khắc cuối cùng của công cuộc giáo hóa nhân loại? Chúng ta hãy đi sâu vào cách mà Đức Chúa Trời của tình yêu đã hoạch định và đặt để tiên chỉ của Ngài để đưa dẫn I-sơ-ra-ên đến với con đường cứu rỗi.

Sự Ứng Nghiệm Những Lời Tiên Tri Trong Kinh Thánh Theo Tiến Trình Lịc Sử Nhân Loại

Có rất nhiều lời tiên tri trong Kinh Thánh, và tất cả những lời đó là lời của Đức Chúa Trời Toàn Năng là Đấng Tạo Hóa. Như có chép trong Ê-sai 55:11, *"Thì lời nói của ta cũng vậy, đã ra từ miệng ta thì chẳng trở về luống nhưng, mà chắc sẽ*

Hãy Nhìn Xem và Lắng Nghe!

làm trọn điều ta muốn, thuận lợi công việc ta đã sai khiến nó," Từ trước đến nay lời Đức Chúa Trời đã ứng nghiệm cách chính xác, và mọi lời đều sẽ ứng nghiệm.

Lịch sử I-sơ-ra-ên đã xác chứng cách rõ ràng rằng những lời tiên tri trong Kinh Thánh đã được ứng nghiệm cách chính xác không một sai sót. Lịch sử I-sơ-ra-ên đã được hoàn thành y như những lời tiên tri được chép trong Kinh Thánh: I-sơ-ra-ên bị giam cầm 400 năm tại Ê-díp-tô và sự Xuất Hành; sự bước vào xứ Ca-na-an đượm sữa và mật của họ, vương quốc của họ bị phân đôi – I-sơ-ra-ên và Giu-đa và sự suy vong của họ; Sự Giam Cầm tại Ba-bi-lon; Sự Trở Về Quê Hương của I-sơ-ra-ên; sự giáng sanh của Đấng Mê-si-a, sự Thập Hình của Đấng Mê-si-a; sự hủy phá và tản lạc của I-sơ-ra-ên đến khắp mọi nơi, sự tái thiết đất nước và độc lập của I-sơ-ra-ên.

Lịch sử nhân loại ở dưới sự kiểm soát của Đức Chúa Trời Toàn Năng, mỗi khi Ngài làm thành một sự quan trọng, Ngài báo trước cho những thánh đồ của Ngài về những điều sắp xảy đến (A-mốt 3:7). Đức Chúa Trời đã báo trước cho Nô-ê, một con người công chính và không chỗ chê trách thời bấy giờ, rằng Đại Hồng Thủy sẽ hủy diệt hết thảy trái đất. Ngài phán cùng Áp-ra-ham rằng thành Sô-đôm và thành Gô-mô-rát sẽ bị hủy diệt, và ngài tỏ cho Tiên Tri Đa-ni-ên và Sứ Đồ Phao-lô biết về những gì sắp xảy đến vào những ngày cuối cùng của thế gian.

Hầu hết những lời tiên tri được ghi trong Kinh Thánh đã ứng nghiệm, và có một số lời tiên tri chưa được ứng nghiệm đó là sự Hiện Đến Lần Thứ Hai của Chúa và một vài điều sẽ xảy đến trước đó.

Những Dấu Hiệu Thời Sau Rốt

Ngày nay bất kể chúng ta giải thích nghiêm túc như thế nào rằng thời buổi chúng ta đang sống là những ngày sau cuối, nhiều người chẳng muốn tin. Thay vì chấp nhận, họ nghĩ rằng những người nói về ngày sau rốt là những người lập dị và cố lẩn tránh để khỏi nghe những người ấy. Họ nghĩ rằng mặt trời sẽ cứ vẫn mọc và lặn, con người sẽ cứ vẫn sanh và tử, nền văn minh vẫn cứ luôn luôn tồn tại như nó vẫn tồn tại.

Kinh Thánh có chép về những điều có liên quan đến những ngày sau rốt, "Trước hết phải biết rằng, trong những ngày sau rốt, sẽ có mấy kẻ giễm chê dùng lời diễu cợt, ở theo tình dục riêng của mình, đến mà nói rằng: Chớ nào lời hứa về sự Chúa đến ở đâu? Vì từ khi tổ phụ chúng ta qua đời rồi, muôn vật vẫn còn nguyên như lúc bắt đầu sáng thế" (2 Phi-e-rơ 3:3-4).

Hễ khi có một người sinh ra, thì cũng phải có ngày người ấy sẽ chết. Đồng một thể ấy, lịch sử nhân loại có khởi đầu thì cũng có kết thúc. Khi đến kỳ Chúa đã định, muôn vật trong thế gian đều đến sự cuối cùng của nó.

Trong kỳ đó, Mi-ca-ên, quan trưởng lớn, là đấng đứng thay mặt con cái dân ngươi sẽ chỗi dậy. Lúc đó sẽ có tai nạn, đến nỗi từ khi mới có nước đến kỳ đó cũng chẳng có như vậy bao giờ. Bấy giờ, trong vòng dân sự ngươi,

Hãy Nhìn Xem và Lắng Nghe!

kẻ nào được ghi trong quyển sách kia thì sẽ được cứu.
Nhiều kẻ ngủ trong bụi đất sẽ thức dậy, kẻ thì để được
sự sống đời đời, kẻ thì để chịu sự xấu hổ nhơ nhuốc đời
đời. Những kẻ khôn sáng sẽ được rực rỡ như sự sáng
trên vòng khung; và những kẻ dắt đem nhiều người về
sự công bình sẽ sáng láng như các ngôi sao đời đời mãi
mãi. Còn như ngươi, hỡi Đa-ni-ên, ngươi hãy đóng lại
những lời nầy, và hãy đóng ấn sánh nầy cho đến kỳ cuối
cùng. Nhiều kẻ sẽ đi qua đi lại, và sự học thức sẽ được
thêm lên (Đa-ni-ên 12:1-4).

Qua Tiên Tri Đa-ni-ên, Đức Chúa Trời tiên báo về những gì sẽ xảy đến vào những ngày sau rốt. Một số người cho rằng những lời tiên tri được phán truyền qua Đa-ni-ên đã ứng nghiệm trong quá khứ. Song lời tiên tri nầy sẽ được làm trọn trong thời khắc sau cùng của lịch sử nhân loại, và hoàn toàn nhất quán với những dấu hiệu của những ngày sau cuối của thế gian như đã có chép trong Tân Ước.

Lời tiên tri nầy của Đa-ni-ên có liên quan đến sự Hiện Đến Lần Thứ Hai của Chúa. Câu 1 có tiên báo rằng, *"Lúc đó sẽ có tai nạn, đến nỗi từ khi mới có nước đến kỳ đó cũng chẳng có như vậy bao giờ. Bấy giờ, trong vòng dân sự ngươi, kẻ nào được ghi trong quyển sách kia thì sẽ được cứu,"* tỏ cho chúng ta biết về Bảy Năm Đại Nạn sẽ xảy đến vào kỳ cuối cùng của thế gian và về sự cứu rỗi dân sót.

Nửa sau của câu 4, nói rằng, *"Nhiều kẻ sẽ đi qua đi lại, và sự học thức sẽ được thêm lên,"* tỏ cho chúng ta biết cuộc sống hàng ngày của những con người trong thời đại ngày nay. Ắt hẳn những lời tiên tri của Đa-ni-ên chẳng phải nói đến sự hủy phá đối với I-sơ-ra-ên đã xảy ra vào năm 70 sau công nguyên mà là những dấu của ngày sau cuối.

Đức Chúa Giê-su phán cùng các môn đệ Ngài về những dấu của ngày sau cuối một cách tỏ tường. Tromg Ma-thi-ơ 24, Ngài phán, *"Các ngươi nói về giặc và tiếng đồn về giặc. Dân nầy sẽ dấy lên nghịch cùng dân khác, nước nọ nghịch cùng nước kia; nhiều chỗ sẽ có đói kém và động đất. Nhiều tiên tri giả sẽ nổi lên và dỗ dành lắm kẻ. Lại vì cớ tội lỗi thêm nhiều, thì lòng yêu mến của phần nhiều người sẽ nguội lần."*

Tình hình thế giới ngày nay ra sao? Chúng ta nghe về chiến tranh cùng những tin đồn về chiến tranh và nạn khủng bố gia tăng mỗi ngày. Dân nầy nghịch cùng dân kia, nước nầy dấy lên nghịch cùng nước khác. Có rất nhiều nạn đói kém và động đất. Có vô số những vụ thiên tai gồm đủ loại, trong đó có những vụ thiên tai do thời tiết thất thường gây nên. Hơn nữa, tội lỗi ngày một thêm nhiều trên khắp toàn cầu, những sự quá phạm và sự làm ác lan tràn khắp mọi nơi, và lòng yêu mến của con người trở nên nguội lạnh.

Điều Tương Tự Được Chép Trong Thư Tín Ti-mô-thê Thứ Nhì

Hãy biết rằng trong ngày sau rốt, sẽ có những thời

Hãy Nhìn Xem và Lắng Nghe!

kỳ khó khăn. Vì người ta đều tư kỷ, tham tiền, khoe khoang, xấc xược, hay nói xấu, nghịch cha mẹ, bội bạc, không tin kính, vô tình, khó hòa thuận, hay phao vu, không tiết độ, dữ tợn, thù người lành, lường thầy phản bạn, hay nóng giận, lên mình kêu ngạo, ưa thích sự vui chơi hơn là yêu mến Đức Chúa Trời, bề ngoài giữ điều nhân đức, nhưng chối bỏ quyền phép của nhân đức đó. Những kẻ ấy con hãy lánh xa (2 Ti-mô-thê 3:1-5).

Ngày nay con người chẳng yêu thích điều lành, song ưa thích tiền bạc và sự vui chơi. Họ mưu tìm lợi lộc riêng phạm đến những tội lỗi tày đình cùng những việc ác kể cả giết người và đốt nhà một cách vô lương tâm, chẳng hề do dự. Những điều nầy xảy ra quá nhiều, và nhiều việc tương tự đang xảy ra chung quanh chúng ta đến nỗi lòng con người ngày càng trở nên chai lì tới độ phần lớn nhiều người chẳng còn biết ngạc nhiên trước bất kỳ điều gì nữa. Trước tất cả những điều nầy, chúng ta không thể không thừa nhận rằng dòng lịch sử nhân loại đang thật sự đến hồi chung cuộc.

Ngay cả lịch sử I-sơ-ra-ên cũng gợi lên cho chúng ta những dấu hiệu về sự Hiện Đến Lần Thứ Hai của Chúa và ngày tận thế.

Ma-thi-ơ 24:32-33 nói rằng, *"Hãy nghe lời ví dụ về cây vả, vừa lúc nhành non, lá mới đâm, thì các ngươi biết mùa hạ gần tới. Cũng vậy, khi các ngươi thấy mọi điều ấy, khá biết rằng*

Thức Tỉnh I-sơ-ra-ên

Con Người gần đến, Ngài đương ở trước cửa."

"Cây vả" ở đây chỉ về I-sơ-ra-ên. Một loài cây trông như đã chết vào mùa đông nhưng khi mùa xuân đến, cây đâm chồi trở lại và từ các nhành nhú ra lá xanh. Tương tự, từ khi I-sơ-ra-ên bị sụp đổ vào năm 70 sau công nguyên, I-sơ-ra-ên dường như bị tiêu tan hoàn toàn trong vài ngàn năm, nhưng khi đến kỳ Chúa đã định, ngày 14, tháng 5, 1948, I-sơ-ra-ên công bố độc lập.

Điều quan trọng hơn cả về sự độc lập của I-sơ-ra-ên đó là dấu hiệu cho chúng ta biết rằng sự Hiện Đến Lần Thứ Hai của Chúa Giê-su Christ đang đến rất gần. Vậy nên, I-sơ-ra-ên hãy nhận biết rằng Đấng Mê-si-a mà họ vẫn đang mong đợi, đã đến thế gian và trở thành Chúa Cứu Thế cầu toàn nhân loại hơn 2.000 năm trước, và hãy nhớ rằng không sớm thì muộn Chúa Cứu Thế Giê-su Christ sẽ đến thế gian với cương vị là một quan tòa.

Vậy, theo những lời tiên tri trong Kinh Thánh, điều gì sẽ xảy đến với chúng ta là những kẻ đang sống trong những ngày sau rốt nầy?

Sự Hiện Đến của Chúa Trên Không Trung và Sự Hoan Hỉ

Khoảng 2.000 năm trước, chúa Giê-su đã chịu đóng đinh và sống lại vào ngày thứ ba, bẻ gãy quyền của sự chết, và sau đó Ngaif được cất về trời trước sự chứng kiến của nhiều người lúc bấy giờ.

Hãy Nhìn Xem và Lắng Nghe!

Hỡi người Ga-li-lê, sao các ngươi đứng ngóng lên trời làm chi? Giê-su đã được cất lên trời khỏi giữa các ngươi, cũng sẽ trở lại như cách các ngươi đã thấy Ngài lên trời vậy (Công Vụ 1:11).

Đức Chúa Giê-su đã mở đường cứu rỗi cho toàn nhân loại qua thập hình và sự phục sinh của Ngài, sau đó Ngài được lên trời, ngồi bên hữu ngai Đức Chúa Trời và đang chuẩn bị chỗ ở cho những kẻ được cứu. Và khi lịch sử nhân loại kết thúc, Ngài sẽ trở lại để đem chúng ta về với Ngài. Sự hiện đến lần thứ hai của Ngài được mô tả khá rõ trong 1 Tê-sa-lô-ni-ca 4:16-17.

Vì sẽ có tiếng kêu lớn và tiếng của thiên sứ lớn cùng tiếng kèn của Đức Chúa Trời, thì chính mình Chúa ở trên trời giáng xuống; bấy giờ những kẻ chết trong Đấng Christ, sẽ sống lại trước hết. Kế đến chúng ta là kẻ sống, mà còn ở lại, sẽ cùng nhau đều được cất lên với những người ấy giữa đám mây, tại nơi không trung mà gặp Chúa, như vậy chúng ta sẽ ở cùng Chúa luôn luôn.

Thật là một cảnh tượng uy nghiêm biết bao khi Chúa từ trời giáng xuống giữa những đám mây vinh hiển cùng với muôn vàn thiên binh thiên sứ! Những kẻ được cứu sẽ mặc lấy thân thể không hư nát thuộc về trời và được gặp gỡ Chúa trên không trung, rồi kế đến cùng nhau cử hành Bảy Năm Đại Tiệc Cưới cùng Chúa là Tân Lang đời đời của chúng ta.

Những kẻ được cứu sẽ được cất lên không trung để gặp Chúa, được gọi là "Sự Hoan Hỉ." Vương quốc trên trời nói đến một phần của từng trời thứ hai mà Đức Chúa Trời đã sắm sẵn cho Bảy Năm Đại Tiệc Cưới.

Đức Chúa Trời đã chia chốn thiên đàng ra thành một vài nơi khác nhau, một trong những nơi ấy là tầng trời thứ hai. Tầng trời thứ hai lại chia ra làm hai miền – Ê-đen là thế giới của ánh sáng và sự tối tăm. Trong một phần của thế giới sự sáng là một nơi đặc biệt dành cho Bảy Năm Đại Tiệc Cưới.

Những người tự tô điểm mình bởi đức tin để đến với sự cứu rỗi trong giữa thế gian đầy tội lỗi và xấu xa, sẽ được tiếp rước lên không trung như những tân nương của Chúa, kế đến sẽ được gặp Chúa và vui hưởng Đại Tiệc Cưới trong bảy năm.

Chúng ta hãy hớn hở vui mừng, tôn vinh Ngài; vì lễ cưới Chiên Con đã tới, và vợ Ngài đã sửa soạn, đã cho người được mặc áo sáng láng tinh sạch bằng vải gai mịn (vải gai mịn tức là công việc công bình của các thánh đồ). Thiên sứ phán cùng tôi rằng: Hãy chép: Phước thay cho những kẻ được mời đến dự tiệc cưới Chiên Con! Người lại tiếp rằng: Đó là những lời chân thật của Đức Chúa Trời (Khải Huyền 19:7-9).

Những sẽ được cất lên không trung sẽ được yên ủi về những gì họ đã chiến thắng thế gian bởi đức tin, họ sẽ được dự Đại Tiệc Cưới cùng Chúa, trong khi đó sẽ có những kẻ bị bỏ lại sẽ đau đớn không thể tả được trong sự hoạn nạn bởi những ác linh bị đuổi đến thế gian vào thời điểm sự Hiện Đến Lần Hai của Chúa xảy ra trên không trung.

Bảy Năm Đại Nạn

Trong khi những người được cứu vui hưởng Bảy Năm Đại Tiệc Cưới trên không trung và giấc mơ hạnh phúc đời đời nơi thiên quốc vĩnh hằng, nỗi đau khổ tột bực mà từ trước đến nay chưa hề có trong lịch sử nhân loại sẽ bao phủ cả đất và những sự kinh khiếp sẽ xảy đến.

Vậy Bảy Năm Đại Nạn sẽ xảy đến như thế nào? Vì Chúa chúng ta trở lại trên không trung nên nhiều người cũng sẽ được cất lên ngay trong tức khắc, những kẻ còn ở lại trên đất sẽ vô cùng đau đớn và hốt hoảng trước sự biến mất thình lình của gia đình, bạn bè và những người xóm giềng của họ và họ sẽ đi lang thang để tìm kiếm những người ấy.

Họ sẽ sớm nhận ra rằng sự Hoan Hỉ mà những người Cơ Đốc đã nói đến thật sự đã xảy ra. Họ sẽ thấy kinh khiếp với suy nghĩ đến Bảy Năm Đại Nạn sẽ giáng trên đầu. Họ bị lo âu và cảm giác đau đớn vây hãm, nhấn chìm. Khi những phi công, thủy thủ, tài xế, cùng những người điều khiển các phương tiện giao thông khác được cất lên trời, vô số các vụ tai nạn giao thông và hỏa hoạn sẽ xảy ra, nhiều công trình xây dựng sẽ bị sụp đổ, kế đến thế gian sẽ chìm trong sự bối rối và hỗn loạn.

Lúc bấy giờ sẽ có một nhân vật xuất hiện để đem lại hòa bình và trật tự cho thế giới. Ấy là kẻ cầm quyền trên Liên Hiệp Châu Âu. Kẻ ấy sẽ kết hiệp các tiềm lực sức mạnh từ các tổ chức chính trị, kinh tế và quân sự với nhau, với sức mạnh tổng hợp, kẻ ấy sẽ trông coi trật tự thế giới và đem lại sự bình an và ổn định cho xã hội. vì vậy có lắm kẻ sẽ vui mừng trước sự xuất hiện của nó trên diễn đàn quốc tế. Nhiều kẻ hăng hái chào đón, trung thành ủng hộ và giúp đỡ nó cách nhiệt tình.

Nó là kẻ chống Chúa đã được nói đến trong Kinh Thánh, kẻ cầm đầu trong Bảy Năm Đại Nạn, song đôi lúc nó xuất hiện như một "sứ giả hòa bình." Trong thực tế kẻ chống Chúa ấy sẽ mang lại bình an cho con người trong giai đoạn đầu của Bảy Năm Đại Nạn. Công cụ mà nó vận dụng để giành được sự bình ổn của thế giới ấy là dấu của con thú, "666" đã được ghi trong Kinh Thánh.

Nó cũng cũng khiến cho mọi người, nhỏ và lớn, giàu và nghèo, tự chủ và tôi mọi, đều chịu ghi dấu trên tay hữu, hoặc trên trán, hầu cho người nào không có dấu ấy, nghĩa là không có danh con thú hay số của tên nó, thì không thể mua cùng bán được. Đây tỏ ra sự thông minh: hãy tính số con thú, vì đó là một số người; số nó là sáu trăm sáu mươi sáu (Khải Huyền 13:16-18).

Dấu của Con Thú Là Gì?

Con thú nói đến chiếc máy tính. Liên Hiệp Châu Âu (EU) sẽ dàn xếp các tổ chức của mình bằng cách lợi dụng máy tính.

Bởi những chiếc máy tính của Châu Âu, mỗi một người sẽ được trao cho một mã vạch trên tay phải hoặc trên trán. Mã vạch ấy là dấu của con thú. Tất cả các loại thông tin cá nhân đều được ghi vào mã vạch, và mã vạch ấy được cấy ghép vào cơ thể của mỗi cá nhân. Với mã vạch được cấy ghép trong cơ thể nầy, máy tính Châu Âu sẽ có thể giám sát, kiểm tra và cầm quyền trên mọi người trong mọi chi tiết hoạt động di chuyển.

Các thẻ tín dụng và chứng minh thư lúc bấy giờ sẽ được thế bằng dấu của con thú, "666." Vậy nên người ta sẽ không cần tiền mặt hoặc séc nữa. Họ sẽ chẳng còn lo lắng về sự mất mát tài sản hay bị cướp giật tiền bạc. Thế mạnh nầy sẽ thúc đẩy dấu con thú "666" lan tràn ra khắp thế gian chỉ trong một thời gian ngắn, nếu không có dấu nầy, không một ai sẽ có thể được thừa nhận, và cũng chẳng thể mua hoặc bán.

Từ những ngày đầu của Bảy Năm Đại Nạn người ta sẽ nhận dấu của con thú, song chẳng phải là sự ép buộc. Họ chỉ được đề nghị về sự nhận dấu ấy cho đến khi tổ chức Châu Âu được thiết lập vững chắc. Vừa trải qua nửa đầu của Bảy Năm Đại Nạn, tổ chức nầy sẽ trở nên ổn định, kế đến EU sẽ ép buộc mọi người phải chịu dấu con thú và sẽ chẳng tha cho những kẻ từ chối nhận dấu ấy. Như vậy EU sẽ trói buộc con người qua dấu của con thú và điều khiển họ tùy theo ý muốn của nó.

Cuối cùng hầu hết mọi người còn sống trong Bảy Năm Đại Nạn sẽ bị câu thúc trong sự cai trị của kẻ chống Chúa và chính quyền của con thú. Vì kẻ chống Chúa nầy bị điều khiển bởi kẻ thù là ma quỉ, EU sẽ ép buộc con người phải chống nghịch lại

Đức Chúa Trời và dẫn họ vào con đường xấu xa, bất chính, tội lỗi và hủy diệt.

Cũng có một số người sẽ chẳng phục tùng sự cai trị của kẻ chống Chúa. Họ là những người đã tin Chúa Giê-su Chrrist song chẳng được cất lên trời vào lúc sự Hiện Đến Lần Hai của Chúa xảy ra vì họ chẳng có đức tin đích thực. Một số trong họ có lần đã tin nhận Chúa và sống trong ơn sủng của Đức Chúa Trời, nhưng sau đó đã đánh mất ơn ấy và trở lại với thế gian, một số khác có đức tin nơi Đấng Christ và tham gia vào hội thánh song đã sống theo những lạc thú của thế gian vì họ chẳng có đức tin thiêng liêng. Có một số là những kẻ mới tin nhận Chúa Giê-su Christ và một số khác là những người Do Thái đã được thức tỉnh khỏi cơn mê thuộc linh qua sự Hoan Hỉ.

Khi tận mắt chứng kiến thực tế của sự Hoan Hỉ, họ sẽ nhận biết rằng hết thảy mọi lời trong Cựu Ước và Tân ước đều là lẽ thật, và họ sẽ đấm tay xuống đất mà than khóc. Họ bị sự kinh khiếp vây hãm, họ hối tiếc vì đã không sống theo tiên chỉ của Đức Chúa Trời, và họ cố gắng tìm cách đến với sự cứu rỗi.

Lại một vị thiên sứ khác, là vị thứ ba, theo sau, nói lớn tiếng mà rằng: Nếu ai thờ phượng con thú cùng tượng nó, và chịu dấu nó ghi trên trán hay trên tay, thì người ấy cũng vậy, sẽ uống rượu thạnh nộ không pha của Đức Chúa Trời rót trong chén thạnh nộ Ngài; và sẽ chịu đau đớn trong lửa và diêm ở trước mặt các thiên sứ thánh và trước mặt Chiên Con. Khói của sự đau đớn chúng nó bay lên đời đời. Những kẻ thờ lạy con thú và tượng nó, cùng những kẻ chịu dấu của tên nó ghi, thì cả ngày lẫn đêm không lúc nào được yên nghỉ. Đây tỏ ra sự nhịn nhục của các thánh đồ: Chúng giữ điều răn của Đức Chúa Trời và giữ lòng tin Đức Chúa Giê-su (Khải Huyền 14:9-12).

Bất cứ ai chịu dấu con thú, đều buộc phải làm theo kẻ chống Chúa là kẻ chống nghịch Đức Chúa Trời. Vì vậy Kinh Thánh nhấn mạnh rằng hễ ai nhận dấu con thú thì sẽ không thể được cứu. Trong suốt Bảy Năm Đại Nạn, những kẻ biết được sự thật nầy sẽ cố gắng không nhận dấu con thú để bày tỏ niềm tin của mình.

Bộ mặt của kẻ chống Chúa sẽ được lộ rõ. Nó sẽ xem những kẻ chống lại chính sách nó và từ chối nhận dấu con thú là những phần tử ô uế và và trừ khử họ ra khỏi xã hội vì cho rằng họ là những kẻ phá hoại an ninh xã hội. Và nó sẽ ép họ chối bỏ Chúa Giê-su Christ để nhận dấu con thú. Nếu chống lại, họ sẽ phải chịu sự bức hại khốc liệt và sự tuẫn đạo của họ sẽ phải đến.

Sự Cứu Rỗi Bởi Việc Tuẫn Đạo vì Không Nhận Dấu Con Thú

Những dày vò đối với những người chống lại việc nhận dấu con thú trong Bảy Năm Đại Nạn khốc liệt không tả xiết. Những khốn khổ quá nặng nề đối với sự chịu đựng của họ, vì thế sẽ

Thức Tỉnh I-sơ-ra-ên

có rất ít người vượt qua được để nắm lấy cơ hội cuối cùng của sự cứu rỗi. Một số trong họ sẽ nói rằng, "Tôi sẽ không chối bỏ niềm tin của mình nơi Chúa. Lòng tôi vẫn tin cậy Ngài. Những đau đớn không chịu nổi đối với tôi đến mức tôi phải chối Chúa Nhưng chỉ ngoài miệng mà thôi. Đức Chúa Trời sẽ hiểu và cứu tôi" rồi thì nhận dấu con thú. Song sự cứu rỗi không thể đến với họ.

Vài năm trước, đương khi cầu nguyện, Chúa tỏ cùng tôi trrong một sự hiện thấy về những kẻ còn lại trong kỳ Đại Nạn chống lại việc nhận dấu con thú đã phải chịu đau đớn là thế nào. Thật là một cảnh tượng kinh khiếp! Kẻ tra tấn đến lột da, bẻ gãy hết mọi khớp xương của cơ thể họ ra thành từng mảnh, cắt trụi hết các đầu ngón tay, ngón chân, cánh tay, và chân rồi đổ dầu sôi lên thân thể họ.

Trong Thế Chiến Thứ Hai, những cảnh tàn sát và đau đớn khủng khiếp đã xảy ra, người ta tiến hành thử nghiệm y học trên thân thể người sống. Song những đau đớn ấy không thể sánh với những sự đau đớn của Bảy Năm Đại Nạn. Sau cuộc Hoan Hỉ, kẻ chống Chúa hiệp với kẻ thù ma quỉ sẽ cầm quyền trên toàn cầu và chẳng hề có sự nhân từ hay thương xót đối bất kỳ một kẻ nào.

Kẻ thù ma quỉ cùng các thế lực của kẻ chống Chúa sẽ thuyết phục người ta chối Chúa bằng mọi cách để đùa họ xuống địa ngục. Chúng hành hạ các tín đồ, song không giết ngay, với những phương pháp tra tấn tinh xảo và đủ trò độc ác. Đủ loại

Hãy Nhìn Xem và Lắng Nghe!

phương thức tra tấn và những công cụ tra tấn tân thời được sử dụng vào công việc tra tấn để khiến cho các tín đồ đau đớn tột cùng.

Những người bị tra tấn muốn được chết sớm, song đó không thể là sự lựa chọn của họ vì kẻ chống Chúa sẽ không cho họ chết cách dễ dàng và họ biết rằng tự sát sẽ chẳng thể đến được với sự cứu rỗi.

Trong sự hiện thấy, Đức Chúa Trời tỏ cùng tôi rằng hầu hết người ta không thể chịu nổi sự đau đớn của sự tra khảo mà đầu phục kẻ chống Chúa. Có lúc họ hầu như chịu đựng và vượt qua được sự tra tấn bằng ý chí mạnh mẽ, song khi họ nhìn thấy những con cái và cha mẹ yêu dấu của mình cũng bị tra tấn như vậy họ đành bỏ cuộc, đầu phục kẻ chống Chúa rồi chịu nhận dấu con thú.

Trong những người bị tra tấn, có rất ít người với tấm lòng ngay thẳng và chân thật sẽ vượt qua được những cuộc tra khảo kinh khiếp và những cám dỗ tinh ranh của kẻ chống Chúa, và họ đã chịu tuẫn đạo. Đến mức nầy, những kẻ giữ lòng trung tín qua việc tuẫn đạo trong kỳ đại Nạn sẽ được dự phần vào sự cứu rỗi.

Con Đường Cứu Rỗi Khỏi Cuộc Hoạn Nạn Hầu Đến

Khi Thế Chiến Thứ Hai bùng nổ, những người Do Thái có cuộc sống bình yên nơi Đức Quốc chẳng ngờ đến sự tàn sát kinh khiếp 6 triệu người đang chờ họ. Không ai có thể biết trước rằng một Đức Quốc đã từng đáp ứng cho họ sự bình an và mối quan hệ bình ổn lại có thể bất ngờ thay đổi thành một lực lượng độc ác chỉ trong một thời gian ngắn như vậy.

Lúc bấy giờ, không biết điều gì sắp xảy ra, người Do Thái chẳng được ai giúp đỡ và họ chẳng biết làm gì để tránh khỏi sự khốn khổ ghê gớm nầy. Đức Chúa Trời muốn tuyển dân của Ngài có thể tránh khỏi thảm họa hầu đến trong những ngày tới. Vì vậy Ngài đã cho ghi lại một cách tỏ tường về sự tận cùng của thế gian trong Kinh Thánh và sai các thánh đồ của Ngài cảnh báo I-sơ-ra-ên về tai họa hầu đến để thức tỉnh họ.

Điều quan trọng nhất mà I-sơ-ra-ên phải biết ấy là tai họa của sự Hoạn Nạn nầy là không thể tránh khỏi, thay vì thoát khỏi nó, I-sơ-ra-ên sẽ bị cuốn vào giữa sự đại nạn. Tôi muốn anh chị em nhận biết rằng sự hoạn nạn nầy sẽ đến sớm và nó sẽ ập đến trên anh chị em như kẻ trộm nếu anh chị em không chuẩn bị trước. Anh chị em phải tỉnh thức khỏi cơn mê thuộc linh hầu cho anh chị em có thể thoát khỏi tai họa kinh khiếp nầy.

Chính bây giờ là lúc I-sơ-ra-ên phải tỉnh thức! Họ phải ăn năn vì đã không nhận biết Đấng Mê-si-a để tin nhận Chúa Giê-su Christ là Cứu Chúa của toàn nhân loại, và có đức tin đích thực như Chúa muốn hầu cho họ sẽ được hoan hỉ khi Chúa trở lại trên không trung.

Tôi nài khuyên anh chị em hãy ghi nhớ rằng kẻ chống Chúa sẽ đến với anh em giống như một sứ giả hòa bình theo cách mà Đức Quốc đã làm trước Thế Chiến Thứ Hai. Nó sẽ ban tặng

Hãy Nhìn Xem và Lắng Nghe!

cho sự bình an và tiện nghi, song ngay sau đó và thật bất ngờ, kẻ chống Chúa sẽ trở thành một lực lượng hùng mạnh, một lực lượng phát triển mạnh mẽ lúc bấy giờ, và sẽ mang lại sự khốn khổ và tai họa ngoài sức suy tưởng.

Mười Ngón Chân

Kinh Thánh có rất nhiều trang tiên báo về những sự hầu đến trong tương lai. Cụ thể, nếu chúng ta nhìn vào những lời tiên tri được ghi lại trong các sách bởi các nhà tiên tri lớn trong Cựu Ước, chúng ta không những được báo trước về tương lai của I-sơ-ra-ên mà còn tương lai của cả thế giới nữa. Chúng ta nghĩ nguyên nhân của sự nầy là gì? Tuyển dân I-sơ-ra-ên của Đức Chúa Trời đã, đang và sẽ là trung tâm của lịch sử nhân loại.

Pho Tượng Lớn Được Chép Trong Sách Tiên tri Đa-ni-ên

Sách tiên tri Đa-ni-ên không chỉ nói tiên tri về I-sơ-ra-ên, mà còn nói về những gì sắp xảy đến với thế gian trong những ngày sau rốt có liên quan đến sự cuối cùng của I-sơ-ra-ên. Trong sách Đa-ni-ên 2:31-33, Đa-ni-ên, bởi sự thần cảm của Đức Chúa Trời, đã thông giải sự hiện thấy của Vua Nê-bu-cát-nết-sa, sự thông giải ấy là lời tiên tri về những sự sắp đến trong những ngày cuối cùng của thế gian.

Hỡi vua, vua nhìn xem, và nầy có một pho tượng lớn.

Hãy Nhìn Xem và Lắng Nghe!

Pho tượng đó lớn và rực rỡ lạ thường; đứng trước mặt vua, và hình dạng dữ tợn. Đầu pho tượng nầy bằng vàng ròng; ngực và cánh tay bằng bạc; bụng và về bằng đồng; ống chân bằng sắt; và bàn chân thì một phần bằng sắt một phần bằng đất sét (Đa-ni-ên 2:31-33).

Vậy những câu nầy tiên báo gì về tình hình thế giới trong những ngày sau rốt?

"Một bức tượng lớn" mà Vua Nê-bu-cát-nết-sa đã thấy trong một giấc mơ không gì khác hơn đó chính là Liên Minh Châu Âu. Ngày nay thế giới chịu sự kiểm soát bởi hai thế lực – Hiệp Chủng Quốc Hoa Kỳ và Liên Minh Châu Âu. Đương nhiên sự ảnh hưởng của Nga và Trung Quốc là điều không thể bỏ qua. Song, Hiệp Chủng Quốc Hoa Kỳ và Liên Minh Châu Âu sẽ vẫn là những thế lực có ảnh hưởng lớn nhất trên thế giới trong phạm vi sức mạnh về kinh tế và quân sự.

Hiện tại, Liên Minh Châu Âu (EU) dường như hơi yếu thế hơn, song nó sẽ bành trướng dần. Ngày nay chẳng ai còn nghi ngờ điều nầy. Cho đến ngày nay nước Mỹ vẫn còn độc quyền với tính cách là một quốc gia có ưu thế hơn trên thế giới, song dần dần EU sẽ trở nên có ưu thế hơn nước Mỹ trên toàn cầu.

Chỉ một vài thập niên trước, không ai có thể nghĩ rằng các quốc gia Châu Âu có thể liên hiệp lại thành một hệ thống chính quyền. Đương nhiên, các quốc gia Châu Âu đã bàn thảo về một Liên Minh Châu Âu nầy trong một thời gian khá lâu, song không ai có thể tin được rằng họ đã có thể vượt qua được những rào cản về đặc điểm quốc gia, ngôn ngữ, tiền tệ và nhiều trở ngại khác để hình thành nên một khối thống nhất.

Song, bắt đầu vào cuối những năm 1980, lãnh đạo các quốc gia Châu Âu đã khởi sự bàn thảo nghiêm túc, đơn giản chỉ chú trọng đến vấn đề kinh tế. Trong thời kỳ Chiến Tranh Lạnh sức mạnh quân sự là sức mạnh chính để duy trì ưu thế trên thế giới, nhưng khi thời kỳ Chiến Tranh Lạnh khép lại, quyền lực chính chuyển từ quân sự chuyển sang sức mạnh kinh tế.

Để chuẩn bị cho điều này, các quốc gia Châu Âu đã cố gắng liên hiệp lại với nhau, và kết quả họ đã trở thành một liên minh về kinh tế. Vấn đề còn lại bấy giờ là thống nhất về chính trị, đem các quốc gia lại với nhau như một thể chế thống nhất, và hiện nay người ta đang nỗ lực tiến hành điều đó.

"Pho tượng đó lớn và rực rỡ lạ thường; đứng trước mặt vua, và hình dạng dữ tợn," cái mà Đa-ni-ên 2:31 nói đến, là tiên báo về sự phát triển và hoạt động của Liên Minh Châu Âu. Điều đó cho chúng ta thấy rằng Liên Minh Châu Âu sẽ trở nên mạnh mẽ và đầy quyền lực là thể nào.

EU Sẽ Chiếm Ưu Thế Quyền Lực Rất Lớn

Làm thế nào để EU sẽ có thể chiếm một ưu thế quyền lực lớn? Đa-ni-ên 2:32 trở đi sẽ giảng giải cho chúng ta về những bộ phận cơ thể của bức tượng được làm từ những chất liệu gì, đầu,

Hãy Nhìn Xem và Lắng Nghe!

ngực, cánh tay, bụng, vế, ống chân, và bàn chân.

Trước hết, câu 32 nói rằng, *"Đầu pho tượng nầy bằng vàng ròng."* Điều nầy tiên báo rằng EU sẽ cải thiện và nắm quyền về kinh tế qua việc tích lũy tài sản. Như đã được nói trước ở đây, EU sẽ có lợi và đạt được rất nhiều thành quả qua sự thống nhất kinh tế.

Kế đến, cũng câu nầy nói rằng, "ngực và cánh tay của tượng làm bằng bạc." Điều nầy nói rằng EU sẽ tiến đến thống nhất về xã hội, văn hóa và chính trị. Khi Châu Âu bầu cử một tổng thống làm đại diện chung, bề ngoài nó sẽ đạt được sự thống nhất về chính trị, và trở nên hoàn toàn thống nhất về các khía cạnh xã hội và văn hóa. Tuy nhiên trong sự sắp đặt cho sự thống nhất hoàn toàn, mỗi thành viên đều mưu tìm lợi ích riêng cho chính mình.

Tiếp đến, ta thấy, "bụng và vế của tượng làm bằng đồng." Điều nầy nói lên rằng EU sẽ đạt đến sự thống nhất về quân sự. Mỗi một quốc gia của EU đều muốn đạt được sức mạnh về kinh tế. Sự thống nhất về quân sự nầy sẽ trở thành vấn đề cơ bản của mục đích lợi nhuận kinh tế, và cũng là mục tiêu tối cao. Để kết hiệp trong việc nắm bắt quyền lực để cầm quyền trên thế giới qua sức mạnh kinh tế, họ sẽ không có lựa chọn nào hơn là trở nên thống nhất về xã hội, văn hóa, chính trị, và quân sự.

Cuối cùng, ta thấy "chân của tượng được làm bằng sắt." Điều nầy nói lên một tổ chức vững mạnh khác để gia thêm sức mạnh và ủng hộ cho EU qua sự thống nhất về tôn giáo. Trong giai đoạn đầu EU sẽ công bố Công Giáo là quốc giáo của nó. Công Giáo sẽ giành được sức mạnh và trở thành một cỗ máy ủng hộ nhằm củng cố và duy trì EU.

Ý Nghĩa Thuộc Linh về Mười Ngón Chân

khi EU thành công trong việc hợp nhất nhiều quốc gia trong tầm ảnh hưởng về kinh tế, chính trị, xã hội, văn hóa, quân sự, và tôn giáo của nó, trước hết nó sẽ phô trương thế lực về sự hiệp nhất của mình, nhưng dần dần chúng sẽ trải qua sự bất hòa và tan rã.

Trong giai đoạn đầu, các quốc gia của EU sẽ trở nên hiệp nhất, chúng nhượng bộ nhau vì quyền lợi kinh tế chung. Nhưng về sau sẽ có những khác biệt về xã hội, văn hóa, chính trị và hệ tư tưởng, do đó có nhiều bất đồng nổi lên giữa họ. Nhiều dấu hiệu của sự phân rẽ xuất hiện. Cuối cùng là những xung đột về tôn giáo sẽ nổ ra – những cuộc xung đột giữa Công Giáo và Tin Lành.

Đa-ni-ên 2:33 snói rằng, "...*bàn chân của nó một phần bằng sắt và một phần bằng đất sét.*" Có nghĩa rằng một số trong mười đầu ngón chân được làm bằng sắt, và những ngón kia được làm bằng đất sét. Mười ngón chân không phải nói đến "10 quốc gia của EU." Chúng nói đến "Năm quốc gia đại diện cho Công Giáo và năm quốc gia đại diện cho Tin Lành."

Hãy Nhìn Xem và Lắng Nghe!

Giống như sắt và đất sét là hai thứ không thể trộn lại và kết hiệp với nhau được, những quốc gia chịu ảnh hưởng bởi Công Giáo và những quốc gia chịu ảnh hưởng bởi Tin Lành không thể kết hiệp nhau cách trọn vẹn được, ấy là, những kẻ thống trị và những kẻ bị trị không thể hòa hợp cùng nhau.

Khi những dấu hiệu bất hòa ở EU nổi lên, họ cảm thấy rằng việc gia tăng mối liên hiệp giữa các quốc gia về mặt tôn giáo là sự cần thiết, và tại nhiều nơi Công Giáo chiếm ưu thế hơn.

Do đó, vì lợi ích kinh tế, Liên Minh Châu Âu sẽ được hình thành trong những ngày sau cuối, rồi sau đó sẽ dấy lên với thế lực kinh khủng. Về sau EU sẽ thống nhất tôn giáo của nó thành Công Giáo và sự thống nhất của EU thậm chí trở nên mạnh mẽ hơn, cuối cùng EU trở nên một thần tượng.

Các thần tượng là những vật thể để con người thờ lạy và sùng bái. Trong ý nghĩa nầy, EU sẽ cầm đầu thế giới với sức mạnh tuôn tràn, nó trị vì toàn cầu như một thần tượng đầy quyền lực.

Thế Chiến Thứ Ba và Liên Minh Châu Âu

Như đã nói trên, khi Chúa trở lại trên không trung vào thời điểm tận thế, trong cùng một lúc vô số những kẻ tin được cất lên không trung, và sự hỗn độn kinh hoàng xảy ra trên trái đất. Lúc bấy giờ EU sẽ nắm quyền thống trị toàn cầu trên danh nghĩa gìn giữ hòa bình và trật tự toàn cầu trong một thời gian ngắn, nhưng sau đó EU sẽ chống nghịch lại Chúa và bước vào Bảy Năm Đại Nạn.

Về sau, các thành viên của EU sẽ phân rẽ nhau vì cớ họ lần lượt tìm kiếm lợi ích cho riêng mình. Sự nầy sẽ xảy đến trong giữa Bảy Năm Đại Nạn. Sự khởi đầu Bảy Năm Đại Nạn nầy, như đã tiên báo trong Sách Đa-ni-ên chương 12, sẽ xảy đến theo dòng lịch sử của I-sơ-ra-ên và của thế giới. Ngay sau khi Bảy Năm Đại Nạn mở đầu, thế lực và sức mạnh của EU ngày một gia tăng. Họ sẽ bầu cử một tổng thống chung của Liên Minh. Sự nầy sẽ xảy đến ngay sau khi những người tin nhận Chúa Giê-su làm Cứu Chúa và được quyền trở nên con cái của Đức Chúa Trời được biến đổi trong giây lát và được cất lên trên không trung vào thời khắc Sự Hiện Đến Lần Thứ Hai của Chúa xảy ra trên không trung.

Hầu hết người Do Thái là những kẻ không tin nhận Chúa Giê-su là Cứu Chúa sẽ bị bỏ lại trên đất để phải chịu đau đớn trong Bảy Năm Đại Nạn. Sự khốn khổ và kinh khiếp của Bảy Năm Đại Nạn thật sẽ kinh khủng đến mức không tả nổi. Thế gian sẽ tràn ngập những sự đau đau đớn vô cùng, kể cả chiến tranh, giết chóc, sự hành quyết, đói kém, bệnh tật, và tai ương tàn khốc dữ dội hơn bao giờ hết trong suốt lịch sử nhân loại.

Sự khởi đầu của Bảy Năm Đại Nạn sẽ được báo hiệu tại I-sơ-ra-ên bởi một cuộc chiến sẽ nổ ra giữa I-sơ-ra-ên và Trung Đông. Những căng thẳng tột bực đã kéo dài giữa I-sơ-ra-ên và các quốc gia còn lại ở Trung Đông và những tranh cãi về biên giới chưa hề dừng lại. Trong tương lai sự tranh cãi nầy sẽ trở nên trầm trọng hơn. Một cuộc chiến khốc liệt sẽ nổ ra vì các thế lực của thế giới sẽ xen vào công việc dầu mỏ. Chúng sẽ tranh cãi nhau để chiếm

Hãy Nhìn Xem và Lắng Nghe!

lấy tước hiệu cao hơn và có lợi thế hơn trong các vấn đề quốc tế.

Hiệp Chủng Quốc Hoa Kỳ là một đồng minh của I-sơ-ra-ên từ lâu sẽ ủng hộ I-sơ-ra-ên. Liên Minh Châu Âu, Trung Quốc, Nga, là những nước chống lại Hoa Kỳ sẽ liên kết với Trung Đông, lúc bấy giờ Thế Chiến Thứ Ba sẽ nổ ra giữa hai phe phái nầy.

Thế Chiến Thứ Ba có qui mô khác hẳn với Thế Chiến Thứ Hai. Trong Thế Chiến Thứ Hai có khoảng hơn 50 triệu người bị chết bởi chiến tranh. Bấy giờ sức mạnh của các loại vũ khí hiện đại bao gồm bom nguyên tử, các loại vũ khí hóa học và sinh học, cùng nhiều những thứ khác mà những thứ trong Thế Chiến Thứ Hai không thể so sánh được, kết quả công dụng của chúng kinh khủng đến mức không thể hình dung nổi.

Tất các loại vũ khí gồm bom nguyên tử và các loại vũ khí hiện đại cho đến lúc bấy giờ đã được phát minh sẽ đem vào sử dụng một cách không thương tiếc, sự hủy diệt và tàn sát không sao kể xiết sẽ xảy ra. Những quốc gia gây chiến sẽ bị phá diệt hoàn toàn và bần cùng hóa. Ấy chưa phải là cuối cùng của cuộc chiến. Các vụ nổ bom nguyên tử sẽ dẫn đến năng lượng phóng xạ và sự ô nhiễm chất phóng xạ, khí hậu thay đổi trầm trọng, tai ương phủ kín trái đất. Kết cuộc cả trái đất cũng như những quốc gia gây chiến đều lâm vào cảnh địa ngục giữa trần gian.

Trong giữa kỳ, họ sẽ ngừng các cuộc tấn công bằng vũ khí hạt nhân, vì nếu loại vũ khí nầy được đem ra sử dụng thêm, toàn bộ loài người có nguy cơ bị hủy diệt. Song hết thảy những loại vũ khí khác cùng vô số kể quân ngũ của quân đội đều được huy động để bổ sung vào cuộc chiến. Hoa Kỳ, Trung Quốc và Nga đều không thể hồi phục. Hầu hết các nước trên thế giới dường như suy sụp, nhưng EU sẽ thoát khỏi sự hủy diệt nặng nề. EU hứa sẽ ủng hộ Trung Quốc và Nga, thế nhưng trong cuộc chiến, EU sẽ không hăng hái tham chiến vì vậy nó sẽ không phải gánh chịu sự mất mát và đau đớn nặng như các nước khác.

Khi nhiều thế lực trên thế giới kể cả Hoa Kỳ phải chịu nhiều khốn khổ bởi sự mất mát lớn lao và kiệt sức trong cơn lốc cuộc chiến chưa từng có từ trước đến nay, EU đơn phương trở thành một liên minh mạnh nhất và cầm quyền toàn cầu. Lúc đầu EU sẽ chỉ nhìn tiến trình cuộc chiến cho đến khi các quốc gia khác bị hủy diệt hoàn toàn về kinh tế và quân sự, lúc bấy giờ EU sẽ bắt đầu xúc tiến công việc giải quyết chiến tranh. Những quốc gia khác sẽ chẳng còn sự chọn lựa nào ngoài việc phải làm theo sự quyết định của EU vì chúng đã kiệt sức.

Kể từ thời điểm nầy, giai đoạn còn lại của Bảy Năm Đại Nạn sẽ bắt đầu, và trong ba năm rưỡi sắp đến, kẻ chống Chúa, là kẻ cầm quyền trên EU, sẽ cai trị toàn cầu và tự lên mình làm nên thánh. Nó sẽ hành hạ và ngược đãi những kẻ chống lại nó.

Bộ Mặt Thật Của Kẻ Chống Chúa Lộ Ra

Trong giai đoạn đầu của Thế Chiến Thứ Ba, nhiều quốc gia sẽ phải đau đớn với những mất mát lớn lao từ cuộc chiến, EU hứa sẽ ủng hộ tài chánh cho họ qua Trung Quốc và Nga. I-sơ-ra-ên sẽ phải hy sinh với tư cách là mục tiêu chính của cuộc chiến, lúc bấy giờ EU hứa sẽ xây đền thánh của Đức Chúa Trời mà I-sơ-ra-ên hằng khao khát từ lâu. Với chính sách xoa dịu nầy của của EU, I-sơ-ra-ên sẽ mơ tưởng đến sự phục hồi lại thời kỳ hưng thịnh mà họ đã từng vui hưởng trong ân sủng của Đức Chúa Trời từ lâu. Do đó nó cũng sẽ trở thành liên minh với EU.

Vì cớ sự giúp đỡ cho I-sơ-ra-ên, Tổng Thống của EU sẽ được xem là đấng cứu tinh đối với người Do Thái. Cuộc chiến dai dẳng ở Trung Đông sẽ dường như đến hồi kết cuộc, dân chúng sẽ phục hồi lại miền Đất Thánh và xây lại đền thánh của Đức Chúa Trời. Họ sẽ tin rằng Đấng Mê-si-a và là Vua họ, là đấng mà họ đã trông chờ từ lâu, cuối cùng cũng đã đến và phục hồi hoàn toàn lại I-sơ-ra-ên và tôn vinh họ.

Nhưng niềm vui và sự mong đợi của họ chẳng bao lâu sẽ bị sụp đổ. Khi đền thánh Đức Chúa Trời được dựng lại ở Giê-ru-sa-lem, điều bất ngờ sẽ đến. Điều nầy đã được tiên báo qua Sách Đa-ni-ên.

Người sẽ lập giao ước vững bền với nhiều người trong một tuần lễ, và đến giữa tuần ấy, người sẽ khiến của lễ và của lễ chay dứt đi. Kẻ hủy phá sẽ đến bởi cánh gớm ghiếc, và sẽ có sự giận dữ đổ trên nơi bị hoang vu, cho đến kỳ sau rốt Là kỳ đã định (Đa-ni-ên 9:27).

Những quân lính của người mộ sẽ dấy lên, làm ô uế nơi thánh cùng đồn lũy, cất của lễ thiêu hằng dâng, và lập sự gớm ghiếc làm ra sự hoang vu (Đa-ni-ên 11:31).

Từ kỳ trừ bỏ của lễ thiêu hằng dâng và sự gớm ghiếc làm cho hoang vu sẽ được lên, thì sẽ có một ngàn hai trăm chín mươi ngày (Đa-ni-ên 12:11).

Ba câu nầy nói đến một sự kiện có chung đặc điểm. Đây chính là sự kiện sẽ xảy ra vào thời kỳ sau rốt, và Chúa Giê-su cũng nói về thời sau rốt như sau.

Ngài phán trong Ma-thi-ơ 24:15-16, *"Khi các ngươi sẽ thấy sự gớm ghiếc tàn nát lập ra trong nơi thánh, mà đấng tiên tri Đa-ni-ên đã nói (ai đọc phải để ý), thì ai ở trong xứ Giu-đê hãy trốn lên núi."*

Lúc đầu người Do Thái sẽ tin rằng EU đã dựng lại đền thánh Đức Chúa Trời tại nơi Đất Thánh mà họ đã xem là sự thiêng liêng, song đến khi thấy sự ghê tởm đứng giữa nơi thánh, họ sẽ bị đau đớn và biết rằng niềm tin của mình bấy nay đã sai trật. Họ sẽ nhận ra rằng mình đã ngoảnh mặt khỏi Chúa Giê-su Christ và Ngài chính là Đấng Mê-si-a của họ và là Đấng Cứu Thế của toàn nhân loại.

Đây chính là lý do mà I-sơ-ra-ên phải tỉnh thức ngay bây giờ. Nếu không, họ sẽ không thể nhận biết sự thật khi đến kỳ đã định. I-sơ-ra-ên sẽ nhận biết sự thật quá muộn, do đó nó sẽ không thể thay đổi được.

Vì vậy, hỡi I-sơ-ra-ên, tôi tha thiết mong muốn anh em hãy

tỉnh thức hầu cho anh em có thể khỏi sa vào những chước cám dỗ của kẻ chống Chúa mà nhận dấu con thú. Nếu anh em bị lừa dối bởi những lời cám dỗ êm dịu của kẻ chống Chúa hứa hẹn cùng anh em về hòa bình và thịnh vượng để nhận dấu con thú, "666," để rồi anh em buộc phải sa vào con đường không thể chữa được và sẽ phải đến sự chết đời đời.

Những gì đáng tiếc hơn ấy là chỉ sau khi bộ mặt của con thú lộ ra, như Đa-ni-ên đã tiên báo, nhiều người Do Thái sẽ nhận biết rằng mục tiêu niềm tin của họ đã sai trật. Qua sách nầy, tôi mong muốn rằng anh em sẽ tin nhận Đấng Mê-si-a mà Đức Chúa Trời đã sai đến, và sẽ tránh khỏi phải sa vào Bảy Năm Đại Nạn.

Vậy nên, như tôi đã nói rồi, anh em phải tin nhận Chúa Giê-su Christ để có được đức tin đúng đắn trước mặt Đức Chúa Trời. Đây là con đường duy nhất để anh em có thể thoát khỏi Bảy Năm Đại Nạn.

Thật là một điều đáng tiếc rằng anh em không được cất lên trời mà bị bỏ lại phía sau trên đất vào lúc sự Hiện Đến Lần Thứ Hai của Chúa xảy ra! Song, may mắn thay anh em sẽ tìm thấy một cơ hội cuối cùng cho sự cứu rỗi của mình.

Tôi tha thiết nài khuyên anh em hãy tin nhận Chúa Giê-su Christ một cách không chậm trễ, hãy sống trong mối giao hảo với anh chị em trong Đấng Christ. Song, ngay cả lúc nầy cũng chưa quá muộn để anh em hiểu thấu Kinh Thánh và sách nầy, làm thế nào để anh em có thể giữ được đức tin mình trong kỳ Đại Nạn sắp đến và tìm đến với con đường mà Đức Chúa Trời đã sắm sẵn cho cơ hội cuối cùng để anh em được cứu, và được chỉ dẫn trên con đường duy nhất nầy.

Tình Yêu Không Dời Đổi của Đức Chúa Trời

Đức Chúa Trời đã làm trọn sự lo liệu của Ngài đối với sự cứu rỗi của loài người qua Chúa Giê-su Christ, không kể đến sắc tộc hay quốc gia, hễ ai tin nhận Chúa Giê-su làm Cứu Chúa của mình và làm theo ý muốn của Đức Chúa Trời, thì Ngài sẽ khiến kẻ ấy trở nên con cái Ngài và được vui hưởng sự sống đời đời.

Song điều gì đã xảy đến với I-sơ-ra-ên và dân sự nó? Nhiều người trong họ vẫn chưa tin nhận Chúa Giê-su và đứng xa khỏi con đường cứu rỗi. Thật là một sự đáng tiếc biết dường nào khi họ cứ vẫn chẳng nhận biết con đường cứu rỗi qua Chúa Giê-su Christ cho đến khi Chúa tái lâm trên không trung và những con cái được cứu của Đức Chúa Trời sẽ được cất lên!

Vậy, I-sơ-ra-ên sẽ trở thành tuyển dân của Đức Chúa Trời như thế nào? Liệu họ có sẽ bị loại khỏi lộ trình của những con cái được cứu của Đức Chúa Trời chăng? Đức Chúa Trời của tình yêu đã sắm sẵn một kế hoạch kỳ diệu cho I-sơ-ra-ên vào giây phút cuối của lịch sử nhân loại.

Đức Chúa Trời chẳng phải là người để nói dối, cũng
chẳng phải con loài người đặng hối cải. Điều Ngài đã

nói, Ngài há sẽ chẳng làm ư? Điều Ngài đã phán, Ngài há sẽ chẳng làm ứng nghiệm sao? (Dân Số 23:19)

Sự tiên liệu cuối cùng mà Đức Chúa Trời đã hoạch định cho I-sơ-ra-ên trong thời sau rốt là gì? Đức Chúa Trời đã dự bị con đường "cứu rỗi dân sót" dành cho tuyển dân I-sơ-ra-ên của Ngài hầu cho họ có thể đến với sự cứu rỗi qua việc nhận biết rằng Giê-su mà họ đã đóng đinh là Đấng Mê-si-a duy nhất mà họ đã trông đợi từ lâu và hết lòng ăn năn tội lỗi mình trước mặt Đức Chúa Trời.

Sự Cứu Rỗi Dân Sót

Trong Bảy Năm Đại Nạn, vì họ chứng kiến nhiều người được cất lên trời và nhận biết được lẽ thật, một số người bị bỏ lại trên đất sẽ tin nhận trong lòng về sự thật rằng thiên đàng và địa ngục thật sự tồn tại, Đức Chúa Trời là Đấng hằng sống, và Giê-su Christ là Đấng Cứu Thế duy nhất. Hơn nữa, họ sẽ cố gắng không nhận dấu con thú. Sau sự Hoan Hỉ, chính họ sẽ được biến đổi, đọc lời Đức Chúa Trời đã được chép trong Kinh Thánh, nhóm lại và thờ phượng, họ cố gắng sống theo lời Chúa.

Trong thời đầu của kỳ đại nạn, nhiều người sẽ có thể sống một cuộc sống tin kính, ngay cả việc truyền bá phúc âm cho người khác vì chưa có sự ngược đãi nào. Họ sẽ không nhận dấu của con thú vì thảy đều biết rằng với dấu nầy họ sẽ không được cứu, họ cố gắng hết mình để sống xứng đáng với sự cứu rỗi ngay cả trong giữa kỳ Đại Nạn. Dẫu vậy, thật sự là điều rất khó để họ

Hãy Nhìn Xem và Lắng Nghe!

giữ vững đức tin mình vì Đức Thánh Linh đã rời khỏi thế gian.

Nhiều người trong họ sẽ đổ rất nhiều nước mắt vì chẳng còn ai hướng dẫn họ trong các buổi thờ phượng và giúp họ tăng trưởng đức tin. Họ sẽ phải tự giữ đức tin mình mà không có sự quan phòng và sức lực từ Chúa. Họ sẽ than khóc vì hối tiếc rằng đã không làm theo sự dạy dỗ theo lời Chúa, mặc dù đã được nài khuyên tin nhận Chúa Giê-su Christ và sống một cuộc sống đức tin trung tín. Họ sẽ phải giữ vững đức tin mình dưới đủ thứ gian nan thử thách và ngược đãi trong thế gian nơi mà họ rất khó bề tìm thấy lời chân lý của Đức Chúa Trời.

Một số trong họ sẽ trốn trong núi rừng xa xôi hẻo lánh để khỏi phải nhận dấu con thú, "666." Họ sẽ phải tìm kiếm các thứ rễ cây và thực vật, săn bắn thú rừng để làm thức ăn vì họ không thể mua hoặc bán để kiếm sống trong khi không có dấu của con thú. Song, trong nửa sau của kỳ Đại Nạn, trong ba năm rưỡi, quân lính của kẻ chống Chúa sẽ truy nã ráo riết các tín hữu. Bất kể họ trốn tránh trong những nơi núi rừng hẻo lánh xa xôi như thế nào, họ đều sẽ bị quân lính tìm thấy và bắt đi.

Chính quyền của con thú sẽ tìm bắt những kẻ chưa nhận dấu con thú và ép họ phải chối Chúa để nhận dấu của nó bằng những sự hành hạ khốc liệt. Cuối cùng, nhiều người trong họ sẽ đầu phục và không còn sự chọn lựa nào khác ngoài việc phải nhận dấu con thú vì những nỗi đau và kinh khiếp tột cùng trong cơn hoạn nạn.

Quân lính sẽ lột trần họ rồi treo lên tường, chúng dùng vật nhọn như mũi khoan đâm xuyên qua thân thể họ. Chúng lột da họ từ đầu đến chân. Chúng mang con cái họ đến trước mặt để hành hạ. Những sự tra tấn mà quân lính giáng trên đầu họ thật tàn nhẫn đến mức họ không thể chết tuẫn đạo được.

Do vậy chỉ có rất ít người có thể vượt qua được hết những sự tra tấn đó bởi năng lực ý chí mạnh mẽ vượt khỏi sức lực có hạn của con người và tuẫn đạo để được cứu rỗi và về nước thiên đàng. Vậy, một số người sẽ được cứu qua việc giữ vững đức tin chẳng hề chối bỏ Chúa và hy sinh mạng sống mình trong sự tuẫn đạo dưới quyền của kẻ chống Chúa trong kỳ Đại Nạn. Điều nầy được gọi là "Sựu cứu rỗi dân sót."

Đức Chúa Trời đã dự sẵn những sự sâu nhiệm dành cho sự cứu rỗi dân sót của tuyển dân I-sơ-ra-ên của Ngài. Ấy là Hai Nhân Chứng và xứ Petra.

Sự Xuất Hiện và Chức Vụ Của Hai Nhân Chứng

Khải Huyền 11:3 nói rằng, *"Ta sẽ cho hai người làm chứng ta mặc áo bao gai đi nói tiên tri trong một ngàn hai trăm sáu mươi ngày."* Hai Nhân Chứng là những người duy nhất mà Đức Chúa Trời đã lo liệu từ trước trong kế hoạch của Ngài từ trước buổi sáng thế để cứu tuyển dân I-sơ-ra-ên. Hai người nầy sẽ làm chứng với người Do Thái tại I-sơ-ra-ên rằng Giê-su Christ là Đấng Mê-si-a duy nhất đã được nói tiên tri trong Cựu Ước.

Chúa tỏ cùng tôi về hai Nhân Chứng. Ngài giảng giải cùng tôi về hai người ấy rằng họ không phải là những người lớn tuổi, họ bước đi trong sự công chính, và họ có lòng ngay thẳng. Ngài

Hãy Nhìn Xem và Lắng Nghe!

cho tôi biết về sự xưng nhận của một trong hai người đó trước mặt Ngài. Người ấy xưng nhận rằng anh là tín đồ Do Thái Giáo. Song anh ta có nghe nhiều tín đồ Chúa Giê-su Christ nói về Ngài. Vậy nên, anh đã cầu nguyện cùng Chúa giúp đỡ anh nhận biết lẽ thật và điều chân lý, mà rằng,

"Lạy Đức Chúa Trời!

Những khó khăn trong lòng con là gì?
Con tin hết mọi sự đều là lẽ thật
Những gì con đã nghe từ cha mẹ và sự truyền khẩu
từ khi con còn thơ ấu,
song những khó khăn và những nghi vấn trong lòng con là gì?

Nhiều người nói và luận về Đấng Mê-si-a.

Song giá như có ai đó có thể chỉ cho con
bằng chứng chắc chắn và rõ ràng
phải chăng tin họ là điều đúng
hay chỉ tin những gì con đã nghe từ khi còn thơ ấu,
thì lòng con sẽ vui mừng và cảm tạ.

song con chẳng nhìn thấy gì,
và phải làm theo những điều mà người ta luận đến,
con phải xem tất cả mọi sự đều vô nghĩa và ngu ngốc
mà con đã vâng giữ từ thuở còn thơ.
Điều gì thật sự là phải lẽ trong mắt Ngài?

Thức Tỉnh I-sơ-ra-ên

Lạy Cha Thiên Thượng!
Nếu Ngài muốn,
hãy chỉ cho con một người
ai có thể làm nên mọi sự và hiểu mọi sự.
Hãy cho người ấy đến với con và dạy dỗ con
Sự chính xác thật sự và lẽ thật là gì.

Khi ngửa trông lên trời,
lòng con chứa đầy những khó khăn,
nếu ai có thể giúp con giải quyết khó khăn nầy,
xin hãy chỉ cho con.

Con không thể phản bội trong lòng
đối với những gì mà con đã tin,
và khi suy gẫm về mọi sự nầy,
nếu ai có thể chỉ dạy những sự đó cho con,
chỉ cần người ấy có thể chỉ cho con rằng ấy là lẽ thật,
mà sẽ chẳng phải là con đã phản bội mọi sự
con đã học và biết.

Vì vậy, lạy Cha Thiên Thượng!
Xin hãy chỉ điều đó cho con.

Ban cho con sự thông hiểu về mọi sự nầy.

Con lo lắng về rất nhiều điều.
Con tin rằng mọi thứ con

đã nghe từ trước đến giờ đều là lẽ thật.

Song khi con nhiều lần suy gẫm chúng,
nhiều nghi vấn dấy lên trong con,
sự khao khát trong con không sao thỏa được;
Vì sao lại thế?

Vậy nên, giá như con chỉ có thể biết hết mọi sự nầy
và tin chắc về chúng;
giá như con có thể tin chắc rằng ấy không phải là
một sự phản bội
chống lại đường lối mà con đã theo cho đến giờ;
giá như con có thể biết được những gì thật sự là lẽ thật;
giá như con có thể biết được mọi sự
mà con đang nghĩ đến,
thì con sẽ được bình an trong lòng.”

Hai Nhân Chứng, là những người Do Thái, ra sức tìm kiếm
lẽ thật thuần khiết, và Đức Chúa Trời sẽ trả lời họ và sai sứ giả
của Ngài đến với họ. Qua sứ giả của Ngài họ sẽ nhận biết về sự
tiên liệu của Đức Chúa Trời dành cho công cuộc giáo hóa nhân
loại và tin nhận Chúa Giê-su Christ. Họ sẽ ở lại trên đất trong
Bảy Năm Đại Nạn để làm chức vụ vì sự ăn năn và cứu rỗi của
I-sơ-ra-ên. Họ sẽ nhận lãnh quyền phép đặc biệt từ Đức Chúa
Trời để làm chứng về Đức Chúa Giê-su Christ cho I-sơ-ra-ên.

Họ trở nên thánh khiết trọn vẹn trước mặt Đức Chúa Trời,
và làm chức vụ của mình trong 42 tháng như có chép trong Khải

Huyền 11:2. Lý do mà Hai Nhân Chứng ra từ I-sơ-ra-ên là vì sự khởi đầu và kết thúc của phúc âm là I-sơ-ra-ên. Phúc âm đã được rao truyền ra thế gian bởi Phao-lô, và ngày nay nếu phúc âm lại quay trở lại với I-sơ-ra-ên, là điểm khởi đầu của nó, vậy công việc rao truyền phúc âm đã trọn.

Chúa Giê-su phán trong Công Vụ 1:8, *"Nhưng khi Đức Thánh Linh giáng trên các ngươi, thì các ngươi sẽ nhận lấy quyền phép, và làm chứng về ta tại thành Giê-ru-sa-lem, cả xứ Giu-đê, xứ Sa-ma-ri cho đến cùng trái đất."* Điểm "tận cùng trái đất" ở đây nói đến I-sơ-ra-ên, là nơi đến cuối cùng của Phúc Âm.

Hai Nhân Chứng sẽ rao giảng sứ điệp thập tự giá cho người Do Thái và cắt nghĩa cho họ về con đường cứu rỗi với quyền phép nóng bỏng của Đức Chúa Trời. Họ sẽ thực hiện nhiều dấu kỳ và phép lạ để làm vững sứ điệp mà họ đã rao ra. Họ sẽ có quyền đóng trời lại, để cho trời không mưa trong những ngày mình nói tiên tri; và họ có quyền biến nước thành huyết, và khiến các thứ tai nạn làm hại trên đất, lúc nào muốn làm được.

Qua sự nầy nhiều người Do Thái sẽ trở lại với Chúa, song cũng trong lúc ấy một số kẻ khác sẽ cắn rứt lương tâm rồi cố tìm cách sát hại Hai Nhân Chứng đó. Không chỉ những người Do Thái nầy, mà còn nhiều kẻ ác từ nhiều quốc gia khác dưới sự cầm quyền của kẻ chống Chúa sẽ ghét cay ghét đắng Hai Nhân Chứng nầy và tìm cách sát hại họ.

Sự Tuẫn Đạo và Sự Sống Lại Của Hai Nhân Chứng

Quyền phép mà Hai Nhân Chứng có được lớn đến nỗi không một kẻ nào dám sát hại họ. Cuối cùng các thế lực của quốc gia ấy đã tham dự vào vào việc giết hại họ. Song lý do mà Hai Nhân Chứng nầy phải chết không phải vì các thế lực của quốc gia đó, mà là bởi ý muốn của Đức Chúa Trời dành cho những kẻ tuẫn đạo khi đến kỳ đã định. Nơi họ sẽ tuẫn đạo lại chính là nơi mà Chúa Giê-su đã chịu thập hình, và điều nầy ngụ ý nói đến sự sống lại của họ.

Khi Chúa Giê-su bị đóng đinh, quân lính La-mã canh giữ cẩn thận ngôi mộ của Ngài hầu cho không ai có thể vào lấy trộm xác Ngài. Nhưng sau đó không thấy xác Ngài trong nơi ấy nữa vì Ngài đã sống lại. Những kẻ sẽ giết Hai Nhân Chứng nầy cũng sẽ nhớ đến sự kiện ấy và lo lắng đến việc người ta có thể lấy xác của họ. Vậy nên chúng sẽ không cho chôn xác hai người mà để xác họ nằm trên đường hầu cho mọi người trên thế gian đều có thể nhìn thấy xác chết họ. Với cảnh tượng nầy, những kẻ ác là những người đã bị lương tâm cắn rứt vì cớ phúc âm được rao ra bởi Hai Nhân Chứng nầy sẽ vô cùng vui mừng trên cái chết của hai người đó.

Cả thế gian sẽ hò reo vui mừng, truyền thông đại chúng sẽ loan tin về sự chết của họ đến khắp nơi qua các vệ tinh nhân tạo trong ba ngày rưỡi. Sau ba ngày rưỡi, sự sống lại của Hai Nhân Chứng sẽ xảy ra. Họ sẽ được làm cho sống lại, trỗi dậy và được cất lên trời trong đám mây vinh hiển như Ê-li đã được cất lên trời trong cơn lốc. Cảnh tượng kinh ngạc nầy sẽ được truyền khi

Thức Tỉnh I-sơ-ra-ên

khắp nơi và vô số người sẽ được mục kích.

Và lúc bấy giờ sẽ có động đất dữ dội, một phần mười của thành đổ xuống, bảy ngàn người sẽ bị chết trong cơn động đất ấy. Khải Huyền 11:3-13 mô tả chi tiết về sự nầy như sau.

Ta sẽ cho hai người làm chứng ta mặc áo bao gai đi nói tiên tri trong một ngàn hai trăm sáu mươi ngày. Hai người làm chứng ấy tức là hai cây ô-li-ve và hai chân đèn đứng trước mặt Chúa của thế gian. Nếu ai muốn làm hại hai người đó, thì có lửa ra từ miệng hai người thiêu nuốt kẻ thù nghịch mình; kẻ nào muốn làm hại hai người thì phải bị giết như vậy. Hai người có quyền đóng trời lại, để trời không mưa trong những ngày mình nói tiên tri; hai người lại có quyền biến nước thành huyết và khiến các thứ tai nạn làm hại trên đất, lúc nào muốn làm cũng được cả. Khi hai người đã làm chứng xong rồi, có con thú dưới vực sâu lên, sẽ chiến đấu cùng hai người; thú ấy sẽ thắng và giết đi. Thây hai người sẽ còn lại trên đường cái của thành lớn, gọi bóng là Sô-đôm và Ê-díp-tô, tức nơi mà Chúa của hai người cũng đã bị đóng đinh trên thập tự giá. Người ta ở các dân tộc, các chi phái, các tiếng, các nước sẽ trông thấy thây hai người trong ba ngày rưỡi, và chúng sẽ không cho chôn những thây ấy trong mồ. Các dân sự trên đất sẽ vui mừng hớn hở về hai người, và gởi lễ vật cho nhau, bởi hai người tiên tri đó đã khuấy hại dân sự trên đất. Nhưng, sau ba ngày rưỡi ấy, có sinh khi từ Đức Chúa Trời đến nhập vào trong hai người: Hai người bèn đứng thẳng dậy, và những kẻ đứng xem đều kinh hãi cả thể. Hai người nghe một tiếng phán lớn từ trên trời đến phán cùng mình rằng: Hãy lên đây! Hai người bèn lên trời trong đám mây và những kẻ thù nghịch đều trông thấy. Đồng một giờ đó, có cơn động đất lớn; một phần mười của thành đổ xuống, bảy ngàn người chết trong cơn động đất ấy, còn những kẻ khác thất kinh và ngợi khen Đức Chúa Trời trên trời.

Bất kể họ ương ngạch như thế nào, nếu có một chút thiện lành trong lòng, họ sẽ nhận biết rằng trận động đất lớn, sự sống lại và sự thăng thiên về trời của Hai Nhân Chứng đều là công việc của Đức Chúa Trời, và dâng vinh hiển lên cho Ngài. Và họ buộc phải thừa nhận sự thật rằng Chúa Giê-su đã sống lại khoảng 2.000 năm trước là bởi quyền phép của Đức Chúa Trời. Bất chấp hết thảy những sự kiện nầy, những kẻ độc ác sẽ chẳng tôn vinh Ngài.

Tôi khuyên giục tất cả anh em hãy tin nhận tình yêu Đức Chúa Trời. Cho đến giây phút cuối cùng, Đức Chúa Trời vẫn ước muốn anh em hãy lắng nghe Hai Nhân Chứng ấy. Hai Nhân Chứng sẽ làm chứng với quyền phép lớn của Đức Chúa Trời rằng họ đến từ Đức Chúa Trời. Họ sẽ thức tỉnh nhiều người về tình yêu và tiên chỉ của Đức Chúa Trời dành cho họ. Và họ sẽ chỉ dẫn anh em nắm bắt cơ hội cuối cùng để được cứu.

Tôi tha thiết nài khuyên anh em chớ đứng về phía kẻ thù nghịch là những kẻ thuộc về ma quỉ, chúng sẽ đưa anh em đến con đường hủy diệt, song anh em hãy lắng nghe Hai Nhân Chứng.

Petra, Nơi Ẩn Náu Dành Cho Dân Do Thái

Một sự kín nhiệm khác mà Đức Chúa Trời đã tiên liệu cho tuyển dân Ngài – I-sơ-ra-ên, là Petra, một nơi trú ẩn trong Bảy Năm Đại Nạn. Ê-sai 16:1-4 giảng giải về nơi gọi là Petra nầy.

Hãy gởi chiên con cho quan cai trị đất nầy, từ Sê-la sang đồng vắng, đến núi của con gái Si-ôn. Các con gái Mô-áp tại bến đò Ạt nôn sẽ như chim bay tán loạn, và như một lứa chim con bị quăng ra khỏi ổ. Ngươi hãy lập mưu, hãy làm sự công bình, đang lúc giữa trưa hãy phủ bóng ngươi như ban đêm; hãy che giấu kẻ bị đuổi; chớ bới móc kẻ trốn tránh! Hãy cho phép những kẻ bị đuổi của ta trú ngụ nơi ngươi! Hãy làm nơi ẩn náu cho Mô-áp khỏi mặt kẻ tàn hại! Vì kẻ cướp giựt đã mất, sự tàn hại đã hết, kẻ giày đạp đã bị diệt khỏi đất.

Đất Mô-áp ngụ ý đến đất Giọt-đan ở phía đông I-sơ-ra-ên. Petra là một địa điểm khảo cổ học nằm phía tây nam Giọt-đan, nằm trên sườn dốc của Núi Hô trong một thung lũng của những dãy núi tạo thành cánh phía đông của A-ra-bát (Wa-đi A-ra-bát), thung lũng rộng lớn chạy từ Biển Chết đến Gớt của A-quaba. Petra thường được biết đến với cái tên Sê-la, tên nầy cũng có nghĩa là tảng đá lớn, là nơi mà Kinh Thánh nói đến trong 2 Các Vua 14:7 và Ê-sai 16:1.

Sau khi Chúa hiện đến trên không trung, Ngài sẽ đón tiếp những người được cứu và vui hưởng Bảy Năm Đại Tiệc Cưới, sau đó Ngài sẽ cùng họ xuống thế gian và cai trị cả thế gian trong Thời Đại Hoàng Kim. Trong bảy năm, kể từ sự Hiện Đến Lần Hai của Chúa trên không trung vì cuộc Hoan Hỉ cho đến khi Ngài xuống thế gian, Đại Nạn sẽ phủ kín cả đất, và trong ba năm rưởi trong nửa sau của Bảy Năm Đại Nạn – trong 1.260 ngày, dân sự I-sơ-ra-ên sẽ ẩn mình tại nơi đã được sắm sẵn theo kế hoạch của Đức Chúa Trời. Nơi ẩn náu ấy là Petra (Khải Huyền 12:6-14).

Vậy tại sao người Do Thái cần đến nơi ẩn náu ấy?

Sau khi Đức Chúa Trời lựa chọn dân sự I-sơ-ra-ên, họ đã bị rất nhiều dân tộc ngoại bang tấn công và bắt bớ. Ấy là vì ma quỉ luôn luôn chống nghịch Đức Chúa Trời đã tìm cách ngăn cản I-sơ-ra-ên không cho nhận lãnh ơn phước từ Đức Chúa Trời. Điều tương tự cũng sẽ xảy đến trong ngày tận thế.

Khi qua Bảy Năm Đại Nạn, người Do Thái nhận biết rằng Đấng Mê-si-a và là Đấng Cứu Thế của họ chính là Chúa Giê-su, Đấng đã đến thế gian hơn 2.000 năm trước, và họ sẽ ăn năn, kẻ thù sẽ bắt bớ họ cho đến cuối cùng nhằm ngăn cản, không cho người Do Thái giữ vững đức tin của mình.

Đức Chúa Trời, Đấng biết mọi sự, đã sắm sẵn nơi ẩn náu

cho tuyển dân I-sơ-ra-ên của Ngài, qua đó Ngài bày tỏ tình yêu thương của mình đối với họ và luôn dành sẵn thứ tình yêu chu toàn của mình dành cho họ. Theo loại tình yêu và kế hoạch nầy của Đức Chúa Trời, I-sơ-ra-ên sẽ vào Petra để lánh mặt kẻ hủy diệt. Như Chúa Giê-su có phán trong Ma-thi-ơ 24:16, *"Vậy ai ở trong xứ Giu-đê hãy trốn lên núi,"* người Do Thái có thể thoát khỏi Bảy Năm Đại Nạn tại nơi ẩn náu trong núi, giữ vững đức tin mình và được cứu tại đó.

Khi thần chết hủy diệt hết thảy con đầu lòng của xứ Ê-díp-tô, người Hê-bơ-rơ nhanh chóng bí mật liên lạc nhau để thoát khỏi tai họa ấy bằng cách bôi huyết chiên lên hai mày cửa và trên rầm nhà của họ.

Cũng giống như vậy, người Do Thái sẽ nhanh chóng liên lạc nhau về nơi đến và chuyển đến nơi ẩn náu trước khi chính quyền của kẻ chống Chúa khởi sự bắt giữ họ. Họ sẽ được biết về Petra vì có rất nhiều nhà truyền bá phúc âm đã liên tục làm chứng về nơi ẩn náu nầy, và ngay cả đối với nững kẻ chẳng tin cũng sẽ thay đổi tâm trí và tìm đến nơi ẩn náu.

Nơi ẩn náu nầy không thể cung cấp chỗ ở cho quá nhiều người. Thật ra, nhiều người đã ăn năn qua Hai Nhân Chứng sẽ không đến trú ẩn được tại Petra để giữ đức tin của mình trong kỳ Đại Nạn và sau đó phải tuẫn đạo.

Hãy Nhìn Xem và Lắng Nghe!

Tình Yêu của Đức Chúa Trời Qua Hai Nhân Chứng và Petra

Thưa anh chị em, anh chị em đã đánh mất cơ hội cứu rỗi qua cuộc Hoan Hỉ chăng? Vậy, chớ do dự, hãy đi đến Petra, cơ hội cuối cùng dành cho sự cứu rỗi của anh chị được ban cho bởi ân sủng của Đức Chúa Trời. Kẻ chống Chúa sẽ sớm mang thảm họa kinh khiếp đến. Anh chị em phải ẩn mình tại Petra trước khi cánh cửa ân sủng cuối cùng khép lại bởi sự gián đoạn của kẻ chống Chúa.

Ôi, nếu anh chị em bỏ lỡ cơ hội để vào Petra thì sao? Vậy, cách duy nhất để anh chị em được cứu và vào thiên đàng ấy là không chối Chúa và không nhận dấu của con thú "666." Anh chị em phải vượt qua mọi thứ tra tấn kinh khủng và phải tuẫn đạo. Thật sự chẳng dễ chút nào, song anh chị em sẽ phải làm như vậy để thoát khỏi sự đau khổ đời đời trong hồ lửa cháy bừng.

Tôi tha thiết mong muốn anh chị em chớ xoay khỏi con đường cứu rỗi, hãy luôn nhớ đến tình yêu không dời đổi của Đức Chúa Trời và dạn dĩ vượt qua mọi sự. Đương khi anh chị em gắng sức tranh chiến chống lại đủ thứ cám dỗ và ngược đãi, thì kẻ chống Chúa sẽ gây tai họa cho anh em, chúng ta là anh chị em trong đức tin sẽ hết lòng cầu nguyện cho anh em được thắng cuộc.

Song chúng tôi chân thành mong ước anh em tin nhận Chúa Giê-su Christ trước khi tất cả những điều nầy xảy đến, và chúng ta được cùng nhau cất lên không trung để tham dự Đại Tiệc Cưới khi Chúa chúng ta trở lại. Chúng tôi không ngừng cầu nguyện cho anh em bằng nước mắt của tình yêu thương rằng Đức Chúa Trời sẽ nhớ những sự nghiệp đức tin của những tổ phụ của anh em và những giao ước mà Ngài đã lập với họ để một lần nữa Ngài sẽ ban cho anh em thêm một ân sủng cứu rỗi lớn nữa.

Trong tình yêu kỳ diệu của Ngài, Đức Chúa Trời đã sắm sẵn Hai Nhân Chứng và xứ Petra hầu cho anh em có thể tin nhận Chúa Giê-su Christ là Đấng Mê-si-a và là Cứu Chúa để anh em được cứu. Cho đến thời khắc cuối cùng của lịch sử nhân loại, tôi nài khuyên anh em hãy nhớ đến tình yêu không dời đổi nầy của Đức Chúa Trời là Đấng sẽ không bao giờ từ bỏ anh em.

Trước khi sai Hai Nhân Chứng đến với anh em trong sự chuẩn bị cho Đại Nạn hầu đến, Đức Chúa Trời của tình yêu thương đã sai một sứ giả của Ngài đến để nói cùng anh em về những gì sẽ xảy đến trong những ngày cuối cùng của thế gian và đưa anh em đến con đường cứu rỗi. Đức Chúa Trời không muốn bất kỳ một ai trong anh em phải còn ở lại trong Bảy Năm Đại Nạn. Cho dù nếu anh em phải bị bỏ lại thế gian sau cuộc Hoan Hỉ, Ngài muốn anh em nắm lấy cơ hội cứu rỗi cuối cùng. Ấy là tình yêu thương kỳ diệu của Đức Chúa Trời.

Sẽ chẳng còn lâu nữa trước khi Bảy Năm Đại Nạn bắt đầu. Trong cơn hoạn nạn lớn nhất chưa từng xảy ra trong lịch sử nhân loại, Đức Chúa Trời của chúng ta sẽ làm trọn kế hoạch bởi tình yêu thương của Ngài dành cho I-sơ-ra-ên. Lịch sử giáo hóa nhân loại sẽ được trọn vẹn cùng với sự hoàn thành của lịch sử I-sơ-ra-ên.

Thiết tưởng người Do Thái đã phải hiểu ý muốn đích thực của Đức Chúa Trời và tin nhận Chúa Giê-su ngay tức khắc. Rồi thì, ngay cả nếu như lịch sử của I-sơ-ra-ên đã được ghi trong Kinh Thánh phải được điều chỉnh và viết lại, thì Đức Chúa Trời cũng sẽ sẵn sàng làm điều đó. Đó là vì tình yêu của Đức Chúa Trời dành cho I-sơ-ra-ên vượt quá sự suy tưởng của con người. Nhưng nhiều người Do Thái đã đi, đang đi và sẽ đi theo đường lối riêng của mình cho đến khi họ gặp phải thời khắc quyết định. Đức Chúa Trời Toàn Năng là Đấng biết mọi sự hầu đến đã tiên liệu cơ hội cuối cùng cho sự cứu rỗi của anh em và dẫn dắt anh em bằng tình yêu không dời đổi của Ngài.

Nầy, ta sẽ sai đấng tiên tri Ê-li đến cùng các ngươi trước ngày lớn và đáng sợ của Đức Giê-hô-va chưa đến. Người sẽ làm cho lòng cha trở lại cùng con cái, lòng con cái trở lại cùng cha, kẻo ta đến lấy sự rủa sả mà đánh đất nầy (Ma-la-chi 4:5-6).

Tôi dâng lời cảm ơn và tôn vinh lên Đức Chúa Trời là Đấng mở đường cứu rỗi không chỉ cho I-sơ-ra-ên, tuyển dân của Ngài, mà còn cho hết thảy các dân tộc của các nước bởi tình yêu vô hạn của Ngài.

Tác giả:

Tiến Sĩ Jaerock Lee

Tiến Sĩ Jaerock Lee sinh trưởng tại Muan, tỉnh phận Jeonnam, Cộng Hòa Nhân Dân Triều Tiên, năm 1943. Những năm tháng của tuổi 20, Mục sư Lee đã phải trải qua rất nhiều căn bệnh nan y, trong bảy năm trường đầy tuyệt vọng, vô phương cứu chữa, ông chỉ còn biết chờ chết. Một ngày kia, vào mùa xuân 1974, được chị gái đưa đến nhà thờ, khi quỳ xuống cầu nguyện, Đức Chúa Trời hằng sống đã chữa lành mọi bệnh tật ông ngay tức khắc.

Qua kinh nghiệm kỳ diệu đó, Tiến Sĩ Lee đã gặp được Đức Chúa Trời hằng sống, ông đã dâng trọn tấm lòng thành kính lên Ngài, năm 1978, ông được kêu gọi bước vào con đường hầu việc Đức Chúa Trời. Ông hết lòng cầu nguyện để hiểu rõ ý muốn Ngài và hoàn thành sứ mạng một cách tốt nhất, ông vâng phục tất cả các mạng lệnh. Năm 1982 ông thành lập Hội Thánh Trung Tâm Manmin tại Seoul, Hàn Quốc và tại đây nhiều công việc của Chúa kể cả những phép lạ chữa lành, những dấu lạ đã và đang xảy ra đến mức không kể xiết.

Năm 1986, Tiến Sĩ Lee được thụ phong tại Hội Thánh Annual

Assembly Jesus Sungkyul của Hàn Quốc, bốn năm sau, 1990, những bài giảng luận của ông bắt đầu được phát song qua các đài phát thanh tại Úc Châu, Nga, Philipines và được phát sóng nhiều qua Đài Nguồn Sống FEBC, Đài Phát Thanh Á Châu, và Hệ thống Truyền thanh Cơ Đốc Nhân Washington, và nhiều quốc gia khác.

Ba năm sau, 1993, Hội Thánh Trung Tâm Manmin được tạp chí Cơ *Christian World* (US) bầu chọn, xếp vào "Top 50 Hội Thánh Hàng Đầu Thế Giới" và ông nhận học vị Tiến Sĩ Danh Dự Thần Học của Trường Đại Học Christian Faith, Florida, USA và năm 1996, Ông nhận học vị Tiến sĩ Mục Vụ tại Chủng Viện Thần Học Kingsway, Iowa, USA.

Kể từ năm 1993, Tiến Sĩ Lee đã bước vào sứ mạng truyền giáo quốc tế qua nhiều chiến dịch hải ngoại tại Hoa Kỳ, Tanzania, Argentina, Uganda, Nhật Bản, Pakistan, Kenya, Philipines, Honduras, Ấn Độ, Nga, Đức, và Peru, Cộng Hòa Dân Chủ Công-Gô, và Y-sơ-ra-ên. Năm 2002, ông được tờ báo chuyên đề Christian newspapers ở Hàn Quốc gọi là "Mục sư toàn cầu" có liên quan đến nhiều Chiến Dịch Liên Minh Kỳ Diệu tại hải ngoại.

Đến tháng 7, năm 2013, Hội Thánh Trung Tâm Manmin là một giáo hội có hơn 120.000 thành viên. Có 10.000 chi nhánh trong và ngoài nước, và có hơn 129 giáo sĩ được ủy thác đến 23 quốc gia, bao gồm Hoa Kỳ, Nga, Đức, Canada, Nhật, Trung Quốc, Pháp, Ấn Độ, Kenya, và nhiều nơi khác.

Cho đến ngày xuất bản sách nầy, Tiến Sĩ Lee đã viết được 87 cuốn sách, trong đó có những cuốn rất được ưa chuộng như, *Nếm Trải Sự Sống Đời Đời Trước Cái Chết, Và Niềm Tin I & II, Sứ Điệp Thập Tự Giá, Tầm Thước Đức Tin, Thiên Đàng I & II, Địa Ngục* và *Quyền Năng Đức Chúa Trời*. Những tác phẩm của ông đã được phiên dịch trên 75 ngôn ngữ khác nhau.

Các mục báo Cơ Đốc của ông xuất hiện trên *The Hankook Ilbo, The JoongAng Daily, The Dong-A Ilbo, The Munhwa Ilbo, The Seoul Shinmun, The Kyunghyang Shinmun, The Korea Economic Daily, The Korea Herald, The Shisa News,* và *The Christian Press.*

Tiến Sĩ Lee hiện nay là lãnh đạo của nhiều tổ chức truyền giáo và hiệp hội, bao gồm: Chủ Tịch Hội Thánh The United Holiness Church of Jesus Christ; Chủ Tịch Sứ Mạng Toàn Cầu Manmin, Chủ Tịch Thường Trực Hiệp Hội Sứ Mạng Phục Hưng Cơ Đốc Thế Giới, Nhà Sáng Lập & Ban Chủ Tịch Mạng Lưới Cơ Đốc Nhân Toàn Cầu (GCN), Mạng Lưới Bác Sĩ Cơ Đốc Nhân Toàn Cầu (WCDN), và Chủng Viện Thần Học Quốc Tế Manmin (MIS).

Thiên Đàng I & II

Một bản phát thảo chi tiết về một môi trường sống huy hoàng tráng lệ mà những công dân thiên đàng sẽ vui sống và một sự mô tả tuyệt vời về những cấp độ khác nhau của các vương quốc thiên đàng.

Đời Tôi, Và Niềm Tin I & II

Tự truyện của Tiến Sĩ Jaerock Lee đem lại cho độc giả một mùi hương thiêng liêng tuyệt vời nhất qua đời sống của ông được chiết xuất từ tình yêu của Đức Chúa Trời được trổ hoa trong giữa đợt sóng đen tối, ách lạnh lùng và những thất vọng khó lường nhất.

Sứ Điệp Thập Tự Giá

Một sứ điệp thức tỉnh đầy quyền năng dành cho những ai đang trong tình trạng ngủ mê thuộc linh! Qua sách nầy chúng ta sẽ nhận biết được lý do tại sao Giê-su là Cứu Chúa duy nhất và tình yêu chân thật của Đức Chúa Trời.

Tầm Thước Đức Tin

Nơi ở và vương miện nào trên thiên đàng đang chờ chúng ta? Sách nầy cung cấp cho chúng ta sự khôn ngoan và hướng dẫn chúng ta phương cách để có thể biết được lượng đức tin của mình và trưởng dưỡng lượng đức tin ấy một cách tốt nhất và trưởng thành nhất.

Địa Ngục

Một sứ sứ điệp tha thiết nhất gởi đến toàn nhân loại từ Đức Chúa Trời, Đấng không muốn một linh hồn nào vực sâu địa ngục! chúng ta sẽ khám phá một điều chưa từng được biết về thực tế thảm khốc của Hạ Tầng Âm Phủ và đại ngục!